தமிழர் வாழ்வியல்

தரணி போற்றும் தமிழர் பண்பாடு

AF499106

ஆ.மதுசூதனன்

Copyright © A.madhusuudhanan
All Rights Reserved.

ISBN 979-888546409-3

This book has been published with all efforts taken to make the material error-free after the consent of the author. However, the author and the publisher do not assume and hereby disclaim any liability to any party for any loss, damage, or disruption caused by errors or omissions, whether such errors or omissions result from negligence, accident, or any other cause.

While every effort has been made to avoid any mistake or omission, this publication is being sold on the condition and understanding that neither the author nor the publishers or printers would be liable in any manner to any person by reason of any mistake or omission in this publication or for any action taken or omitted to be taken or advice rendered or accepted on the basis of this work. For any defect in printing or binding the publishers will be liable only to replace the defective copy by another copy of this work then available.

இந்த புத்தகம் தன் இனத்திற்காக
இறுதிவரை போராடி,தன் இன
விடுதலைக்காக அயராது உழைத்த
தலைவர் மேதகு வே.பிரபாகரன்
அவர்களுக்கும்,தலைவர் மேதகு
வே.பிரபாகரன் அவர்களது இயக்கத்தில்
சேர்ந்து போராடிய
மாவீரர்களுக்கும்,உலகத்தமிழர் மற்றும்
வாசகர்களாகிய உங்களுக்கும் என்
உறவுகளுக்கு சமர்ப்பணம்.

பொருளடக்கம்

முன்னுரை vii

முகவுரை xv

ஆதித்தமிழ் இனம் !

1. தமிழ் இலக்கியங்கள் ! 29

தமிழ் இலக்கியத்தின் சிறப்புக்கள்!

இலக்கியத்தில் தமிழர் வாழ்வியல்!

தமிழர் அறிவியல் ! 117

பிறமொழி சொற்களுக்கு நிகரான தமிழ் சொற்கள் .! 135

தமிழ் மாதங்கள் ! 177

முன்னுரை

“பண்டைப் பெரும்புகழ் உடையோமா? இல்லையா? பாருக்கு வீரத்தை சொன்னோமா? இல்லையா? எண்டிசை வாய்மையால் ஆண்டோமா இல்லையா?என்று தமிழர் பெருமையை உலகறிய சொன்ன பாவேந்தர் பாரதிதாசனின் வரிகள் தமிழர்களின் தொன்மையான பண்பாட்டையும் கலாச்சாரங்களையும் எடுத்து காட்டுகிறது.செம்மொழியாகிய எம்மொழியும் அதன் நீண்டிருக்கும் பண்பாடும் கலாச்சாரமும் உலகத்தார் கண்டு வியக்கும் அதிசயமாகும். பல்லாயிரம் மொழிகள் புவியில் இருந்தாலும் எத்திசையிலும் பெருமைகொண்ட மொழியான தமிழ்,தனக்கென தனித்துவமான பண்பாடுகளையும் கலாச்சாரங்களையும் கொண்டது.இன்றைக்கு பல்லாயிர கணக்கான ஆண்டுகளுக்கு முன்பு அதாவது சங்க காலங்களில் இருந்தே தமிழர்களின் தனித்துவமான பண்பாடும் அதனோடு சேர்ந்த வாழ்க்கை முறைகளையும் காண முடியும்.தமிழர் கலாச்சாரம் பண்பாடு அருகிவரும் நிலை போன்ற விடயங்களை இக்கட்டுரை விளக்குகிறது.

“யாதுமூரே யாவரும் கேளிர் தீதும் நன்றும் பிறர் தர வாரா” என்று பாடிய கணியன் பூங்குன்றனார் உலகத்துக்கே சமத்துவத்தை விதைக்கிறார்.பண்பாடு எனப்படுவது அதாவது பயிர் விளைகின்ற நிலத்தை உழுது பண்படுத்துவது போல மக்கள் தம் வாழ்க்கையினை நெறிப்படுத்துவதே பண்பாடாகும் தமிழர் பண்பாடும் அத்தகையதே. அதாவது “அறம் பொருள் இன்பம் வீடு” என்கின்ற விடயங்களை பின்பற்றி வாழ்வதே வாழ்க்கை பண்பாடாகும்.அறத்தின் வழி வாழுதல் தமிழர் பண்பாடாகும் இதனை வள்ளுவர் “அழுக்காறு அவா வெகுழி இன்னாச்சொல் நான்கும் இழுக்கா இயன்றது அறம்” என்று தமிழ் பண்பாடு அறம் சார்ந்தது என்று உலகுக்கே எடுத்து காட்டுகிறார்.வரவேற்றல் என்கிற பண்பாடு வந்தோரை வருக வருக என்றழைத்து இன்முகம் காட்டி வரவேற்று உண்ண உணவழித்து, உபசரித்தல், வாசல் வரை சென்று வழியனுப்பி வைத்தல் என்பன தமிழர்களின் தனித்துவமான பண்பாடுகளாகும்.இவ்வாறு வந்தாரை வரவேற்று மகிழ்விக்கும் செய்திகள் வரலாற்றில் “பாரிமன்னன், அதியமான் நெடுமானஞ்சி, சடையப்பவள்ளல்” என்று வரலாறு தமிழர்களின் பண்பாட்டை எடுத்தியம்புகின்றன.மேலும் இன்சொல் பேசுதல், பெண்களை மதித்தல், மூத்தோரை கனம் பண்ணல், பெற்றோரை மதித்தல், கற்றோரை வியந்து பார்த்தல், உயிர்களிடத்தில் அன்பு கொள்ளல்,

செய்நன்றி மறவாமை, காதல், நட்பு, கல்வி, போர், வீரம் என்று என்றைக்கும் மங்காத தனி பெருமை கொண்டது தமிழர் பண்பாடு என்றால் அது மிகையல்ல.

அன்று தொட்டே கல்வி கேள்விகளில் சிறந்து விளங்கிய தமிழர்கள் முத்தமிழ் வளர்த்த பெருமைக்குரியவர்கள் சங்கம் வைத்து தமிழ் வளர்த்தவர்கள் இயல், இசை, நாடகம் என ஆய கலைகள் அறுபத்தினான்கும் தமிழர்களின் கலாச்சாரத்தை பறை சாற்றுகின்றன.கலாச்சாரம் எனப்படுவது வாழ்வியல் பழக்கவழக்கங்கள், ஆடை அணிகலன்கள், கலைகள் போன்றவற்றின் மூலம் வெளிப்படும் மக்களின் பிரதிபலிப்பாகும்.தமிழர்கள் வேட்டி சேலை எனும் ஆடை கலாச்சாரத்தை உடையவர்கள் இவர்கள் அதிகம் சைவம், வைணவம், பௌத்தம், சமணம் மற்றும் இயற்கையை வழிபடுதல் போன்றவை.ஆயிரம் ஆண்டுகளுக்கு மேலாகத் தமிழர் வாழ்வைச் செம்மைப்படுத்திய சமயம் ஆசீவகம். தமிழ் இலக்கிய வரலாற்றிலும் இந்திய சமய வரலாற்றிலும் இந்தச் சமயம் வழங்கிய கொடை மகத்தானது". ஆசீவகத்தை உருவாக்கியவர் மற்கலி என்பதை தமிழ் இலக்கியம், பௌத்தம், ஜைனம் ஆகிய மூன்று மரபுகளும் உறுதிசெய்துள்ளன.இவர்களது வாழ்வியல் வழிபாட்டு முறைகள் போன்றன

அதிகளவான சடங்கு சம்பிரதாயங்களை கொண்டு காணப்படுகின்றன.மனிதன் பிறந்தது முதல் இறக்கும் வரை வாழ்வின் ஒவ்வொரு சந்தர்ப்பங்களிலும் வரும் நிகழ்வுகள், திருமணம், புதுமனைபுகுதல், தொழில் ஆரம்பம் போன்ற நிகழ்வுகளை சுப நிகழ்வுகளாக கொண்டாடி தமது கலாச்சாரத்தை வெளிப்படுத்துகிறார்கள்.

அதிக தெய்வ நம்பிக்கை உடையவர்களாக விளங்கினர் தமிழர்கள் தமது பண்பாடு கலாச்சாரங்களை வெளிக்காட்டும் மாபெரும் கோவில்களை அமைத்திருந்தனர்.இது தமிழர்களின் கட்டட கலை சிற்பக்கலை ஓவிய கலை, நாட்டிய கலை போன்ற கலைகளையும் இறை நம்பிக்கையையும் பல தலைமுறைகளை தாண்டி உலகத்துக்கே பறை சாற்றும் அதிசயங்களாகும்.தமிழ் நாட்டில் அமைந்துள்ள “தஞ்சை பெருங்கோயில், மதுரை மீனாட்சி அம்மன் கோயில், தில்லை நடராஜர் கோவில் இவை போன்ற ஆயிர கணக்கான கோயில்கள் தமிழர் கலாச்சாரத்தை வெளிக்காட்டும் உலகமே வியந்து பார்க்கும் அதிசயங்கள் ஆகும்.மேலும் மங்கல இசை வாத்தியங்களின் புல்லாங்குழல், நாதஸ்வரம், தவில், உடுக்கு, பறை, மணி மற்றும் சங்கு போன்ற இசைக்கருவிகள் தமிழர் கலாச்சார இசைக்கருவிகளாகும்.தமிழில் எழுந்த ஒப்பற்ற இசைப்பாடல்கள் தமிழர்களின்

இசை ஆர்வத்தை எடுத்து காட்டும்.என்றும் பெருமை மிக்க சங்கப்பாடல்கள் ஐம்பெரும் காப்பியங்கள், பதினெண் கீழ் மேல் கணக்கு நூல்கள், கம்பராமாயணம் பல நூறு மாபெரும் இலக்கிய வரலாற்றை கொண்டவை.தமிழ் கலாச்சாரம் நடனம், நாடகம், கூத்து போன்ற எம் மண்ணுக்குரிய கலைகளை கொண்டதுவே தமிழ் கலாச்சாரம் காதலும்,வீரமும்,அன்பும்,இயற்கையும், மனிதமும்,கலைகளும் ஒருங்கே சங்கமிக்கும் தமிழ் கலாச்சாரம் என்றைக்கும் பெருமைக்குரியதாகும்.இன்றைக்கு கலிகாலம் போல் தமிழும் இதன் பெருமை மிகு பண்பாடும் கலாச்சாரமும் குறைந்தபடி இருப்பது வேதனைக்குரியதாகும்.நாகரகீ வளர்ச்சியும் பிறமொழி கலப்புக்களும் மேற்கத்தைய கலாச்சார ஊடுருவல்களும் இதற்கு காரணமாகும்.இன்றைக்கு எம் மொழி என்று பெருமையாக சொல்லும் காலம் போய் ஆங்கிலம் பேசினால் பெருமை என்று நினைக்கிறார்கள். தமிழில் பேசினால் அவமானம் என்று கருதுகிறார்கள்.இன்றைக்கு பிற மொழிகளை அரச மொழிகளாக மாற்றுவதனால் தமிழ் மொழியை விட்டு வேலை வாய்ப்பிற்காக கற்க வேண்டிய நிலை தமிழர்களுக்கு ஏற்படுகிறது.இதனால் தாய்மொழியில் கல்வி கற்க வேண்டிய குழந்தைகள் கூட ஆங்கில மொழி மூலமான கல்விக்கு பெற்றோரால் திணிக்கப்படுகின்றனர்.

இன்றைக்கு தமிழர்களுக்கு தம் மொழி மீதான பற்று குறைவடைந்து போகிறது.தமது பண்பாடுகளை பழக்க வழக்கங்களை மறந்து தவறான பாதையில் செல்கின்றனர்.இந்நிலை தொடர கூடாது எமது மொழி பெருமைக்குரிய மொழி அதை பாதுகாக்க வேண்டியது நமது தலையாய கடமையாகும்.

உலகுக்கே பண்பாட்டையும் கலாச்சாரத்தையும் சொல்லி கொடுத்த இனம் எப்போதும் எமது பெருமைகளை மறந்து விடக்கூடாது. அடுத்த தலைமுறைக்கும் இதை சொல்லி கொடுக்க நாம் தவற கூடாது.எமது கலாச்சாரத்தின் ஆழத்தை கீழடியில் நிகழ்ந்த புதைபொருள் ஆய்வுகள் கூறும். தமிழ் என்று சொல்ல காற்றும் இசைமீட்டும்.இருக்கின்ற பெருமைகளை கட்டி காப்பதும் அவற்றை தலைமுறை தாண்டி நிற்க செய்வதும் தமிழர்களான எம் ஒவ்வொருவரின் கடமையாகும்.நம் தமிழின் பெருமையை பாவேந்தர் பாரதிதாசன் அவர்கள் “தமிழுக்கு அமுதென்று பெயர் இன்ப தமிழ் எங்கள் உயிருக்கு நேர்” என்று பாடுகிறார்.ஆதலால் எம் உயிரிலும் மேலான தமிழையும் அதன் கலாச்சாரத்தையும் பண்பாடுகளையும் காப்பது எம் கடமையாகும்.

"எங்கள் வாழ்வும் எங்கள் வளமும்

மங்காத தமிழ் என்று சங்கே முழங்கு"

முகவுரை

"வரலாற்றின் உயிர்நாடி, காலக் கணிப்பாகும். இன்ன ஆண்டில், இன்ன திங்களில், இன்ன நாளில் இன்னது நிகழ்ந்தது என்று கூறுதல் வரலாற்றின் இலக்கணமாகும். பண்டையத் தமிழக வரலாற்றில் பல நிகழ்ச்சிகளுக்குக் காலங்கணித்தல் எளிதாகத் தோன்றவில்லை. மன்னர்களைத் தம் பாடல்களில் குறிப்பிடும் பழந்தமிழ்ப் புலவர்கள் அம்மன்னர்கள் வாழ்ந்திருந்த காலத்தைத் தெரிவிப்பதில்லை. அவர்களுடைய செய்யுள்களில் விளக்கப்படும் சில நிகழ்ச்சிகளைக் காலங்கணிக்கப்பட்ட வேறு நிகழ்ச்சிகளுடன் தொடர்புறுத்தி அவற்றில் காலத்தை ஒருவாறு அறுதியிட வேண்டியதுள்ளது"எனவே, புறச்சான்றுகளைவிட, அகச்சான்றுகளையே அடிப்படையாகக் கொண்டு காலத்தை வரையறுக்க வேண்டியுள்ளது. அகச்சான்றுகள் பெரும்பாலும் இலக்கியங்களாகவே உள்ளன. அவ்விலக்கியங்கள் தரும் சான்றுகளிலிருந்து தமிழகத்தின் வரலாற்றுக்கு உட்பட்ட காலம் சங்ககாலம் என்பது பெறப்படுகிறது. இக்காலம் தமிழ் இலக்கிய வரலாற்றில் பொற்காலம் என்று கருதப்படுகிறது. இக்காலத்தில் பாண்டியன், சோழன், சேரன் என்ற

முப்பெரும் மன்னர் அரசாண்டு வந்தனர். பாண்டியரின் தலைநகரம் மதுரை; சோழர்களின் தலைநகரம் காவிரிப்பூம்பட்டினமும்(புகார்) உறையூரும் ஆகும். சேரனின் தலைநகரம் வஞ்சி.

சங்ககால மன்னர்கள் தமிழ்ப் புலவர்களைப் பாராட்டிப் பரிசில் வழங்கிப் புரந்து வந்தனர். சங்ககால மன்னர்கள் எழுப்பிய எழிலோங்கு அரண்மனைகள், மாளிகைகள், கோயில்கள், அங்காடிகள், துறைமுகங்கள், அவர்கள் ஓட்டிய நாவாய்கள் அனைத்தும் மறைந்துவிட்டன. ஆனால் அவர்கள் காலத்துப் புலவர்கள் பாடிய பாடல்கள் - மன்னர்களது அருமைகளையும், பெருமைகளையும், பண்புகளையும் பறைசாற்றும் பாடல்கள் இப்போதும் எஞ்சி நிற்கின்றன. அந்தப் பாடல்களே சங்ககாலத் தமிழகத்தின் நாகரிகத்தையும், பண்பாட்டையும் உணர்த்துகின்றன. தமிழர்களின் அக, புற வாழ்வு ஒழுக்கங்கள், அரசியல், வீரம், வழிபாடு, விழாக்கள், ஆடல் பாடல்கள், வணிகம், ஓவியம் சிற்பம் கட்டடம் போன்ற கலைகள் ஆகிய எல்லாவற்றையும் சங்கப் பாடல்களே சான்றாக நின்று விளக்குகின்றன.

தென்னிந்திய வரலாற்றில் சங்க காலம் ஒரு சிறப்பான அத்தியாயம் ஆகும். தமிழ்ப் பழங்கதைகளின் படி பண்டைய தமிழ்நாட்டில் முச்சங்கம் என்றழைக்கப்பட்ட மூன்று தமிழ் சங்கங்கள் இருந்தன.

பாண்டிய மன்னர்களின் ஆதரவில் இந்த சங்கங்கள் தழைத்தோங்கின. தென்மதுரையில் இருந்த முதற்சங்கத்தில் கடவுளரும், முனிவர்களும் பங்கேற்றனர் என்று கூறப்பட்டிருந்தாலும், இச்சங்கத்தைச் சேர்ந்த நூல்கள் ஏதும் கிடைக்கவில்லை. இரண்டாவது சங்கம் கபாடபுரத்தில் நடைபெற்றது. தொல்காப்பியம் தவிர ஏனைய இலக்கியங்கள் யாவும் அழிந்து போயின. மூன்றாவது சங்கத்தை மதுரையில் முடத்திருமாறன் என்ற பாண்டிய மன்னன் நிறுவினான். அதிக எண்ணிக்கையிலான புலவர்கள் இதில் பங்கேற்றனர். ஏராளமான இலக்கியங்கள் படைக்கப்பட்டன என்றாலும் ஒருசிலவே எஞ்சியுள்ளன. இந்த இலக்கியங்கள் சங்க கால வரலாற்றை அறிந்து கொள்ள பெரிதும் உதவுகின்றன.'சங்கம்' என்னும் சொல் (புலவர் கூட்டம் என்ற பொருளில்) சங்க இலக்கியம் ஒன்றிலேனும் இடம் பெறவில்லை. அது தமிழ்ச் சொல்லா, வடமொழிச் சொல்லா என்ற வாதங்களும் உண்டு. சங்கம் என்னும் சொல் பிற்காலத்திய ஒன்றாக இருக்கவேண்டும் என்பதில் ஐயமில்லை. இதற்கு நேரான தமிழ்ச் சொற்கள் கூடல், அவை, மன்றம் போன்றவை ஆகும். அவை முன்பு வழக்கிலிருந்தன. சொற்கள் மறைவதும் மாறுவதும், புதிதாகத் தோன்றுவதும் ஒவ்வொரு மொழியிலும் நிகழக்கூடியது. எனவே தொடக்க காலத்தில் 'சங்கம்' என்ற சொல் கையாளப் படாமையால்,

சங்கம் என்ற அமைப்பு இருந்திருக்க இயலாது என்பார் கூற்று உண்மைக்குப் புறம்பான ஒன்று. ஆகவே, பண்டைத் தமிழகத்தில் தமிழ்ப் புலவர்கள் கூடித் தலை, இடை, கடை என்று மூன்று சங்கங்கள் அமைத்து, அவற்றின் வாயிலாகத் தமிழ் வளர்த்தார்கள் என்று கூறும் மரபைப் புறக்கணித்துவிட முடியாது.

வாருங்கள் சங்கத்தமிழையும்,தரணி ஆண்ட தமிழ் இனத்தின் வாழ்வியல் மற்றும் பல தமிழர் கலை,இலக்கியம் மற்றும் வீரம்,மருத்துவம் ,அறிவியல் ஆகியவற்றை பார்ப்போம்.

"கவிப்பாடும் தமிழ் கருங்குயிலே

காலம் முழுவதும் கவிப்பாடு

தமிழ் இனம் சிறக்க வாழும் என்று".

ஆதித்தமிழ் இனம் !

""வையம் அழிந்தாலும் வானம்
வீழ்ந்தாலும் வாழட்டும் தமிழ்
என்று ஊது சங்கே"".

இலெமூரியா என்ற குமரிக்கண்டம்

தமிழனின் பிறப்பிடமும் தமிழ் மொழியின் பிறப்பிடமும் குமரிக்கண்டம் தான். அக்கண்டம் நீரில் மூழ்கிப் போனது. முச்சங்க வரலாற்றாலும் சிலப்பதிகார உரைகள் மூலம் தெரியலாம்.

திரு. இராமச்சந்திர தீட்சிதர் போன்றோரின் வரலாற்று நூல்கள் வாயிலாகவும், தேவநேயப் பாவாணர் எழுதிய "முதற்தாய் மொழி" வாயிலாகவும் நாம் நன்கறிகிறோம். தமிழன் தோன்றிய இடம் குமரிக்கண்டம் கையாண்ட மொழி தமிழ் மொழியாகும். பல்லாயிரம் ஆண்டுகளுக்குப் பின் படிப்படியாக வளர்ந்த தமிழும் தமிழனும் புகழின் உச்சக்கட்டம் எட்டினர், பழந்தமிழ் நாட்டை உலகிற்குச் சுட்டிக் காட்டினர்.

குமரிக்கண்டமும் அதன் எல்லைகளும் பழந்தமிழ் நாடாகிய குமரிக் கண்டம் அளவில் மிகப் பெரிதாக பரவியிருந்தது. ஆஸ்திரேலியாவையும் தென்னாப்பிரிக்காவையும் இந்தியாவையும் இணைத்துக் கொண்டிருந்த பெரும் நிலப்பரப்பே

குமரிக் கண்டம் அல்லது பழந்தமிழ் நாடு அல்லது இலமூரியா கண்டம் என்கிறார் ஹிராடடஸ், இக்கருத்தை பேரறிஞர்கள் திரு.ஓல்டுகாம், திரு. எக்கேல், திரு. கிளேற்றர், திரு. கட்டு எலியட், திரு.தேவநேயப் பாவாணர் போன்றோர் ஏகமனதாக ஏற்றுக் கொண்டனர். மேலும் ஹிராடடஸ் அவர்கள் குமரிக் கண்டத்தின் எல்லையைக் குறிப்பிட்டுள்ளார்.

1. தொலைமேற்கில் — கிரேக்க நாடு

2. மேற்கில் — எகிப்து மற்றும் ஆப்பிரிக்கா

3. வடமேற்கில் — தென் ஆப்பிரிக்கா

4. தொலை கிழக்கில் — சீன நாடு

5. கிழக்கில் — பர்மா, மலேசியா, சிங்கப்பூர்

6. தெற்கில் — நீண்ட மலைத் தொடர்

இம்மலைத் தொடர் ஆஸ்திரேலியாவில் தொடங்கி தென்னாப்பிரிக்காவில் முடிவடைகிறது என்பதை மனதில் கொள்ள வேண்டும். இவற்றின் மையத்தில் அமைந்த மிகப் பெரிய கண்டமே குமரிக்கண்டம் அல்லது பழந்தமிழ் நாடு அல்லது இலமூரியா கண்டமாகும்.

இக்கண்டத்தை பதினான்கு மாநிலங்களாக அதாவது ஏழு தெங்கு நாடு, ஏழு பனை நாடு என பிரித்திருந்தனர். அந்நாட்டில் வாழ்ந்தவன் தான் தமிழன். அவன் கையாண்ட நாகரிகம்தான் திராவிடநாகரிகம். அவனுடைய வரலாறும் நாகரிகமும் தான் உலகிலேயே முதன்மை வாய்ந்தது. இவனுடைய மொழி தமிழ், தமிழர்கள் தமிழ்நாட்டிலிருந்து கடல் வழியாகவும், தரை மார்க்கமாகவும் உலகெங்கும் சென்று குடியேற்றங்களை அமைத்து தமிழ் மொழியையும், தமிழ்ப் பண்பாட்டையும், தமிழ்க் கலாச்சாரத்தையும் பாரெங்கும்

பரப்பானர் என்பதே உண்மை. இதற்குச் சான்றாக பினீசியர்களின் நாணயங்களும் கல்வெட்டுக்களும் உதவுகின்றன.கம்போடியாவில் உள்ள உலகின் மிகப்பெரும் கோவிலையும் இதற்கு சான்றாக எடுத்துக்காட்டலாம்.

இங்குதான் உலகின் முதல் மனிதன் பிறந்ததாக வரலாற்று ஆய்வாளர்கள் தெரிவிக்கிறார்கள், இங்குதான் நம் மூதாதையர் வாழ்ந்தனர். இங்குதான் நாம் இன்று பேசிக்கொண்டிருக்கும் நம் தாய்த் தமிழ் பிறந்தது. இங்குதான் இன்னும் பல வரலாற்று அதிசயங்கள் நிகழ்ந்துள்ளன. ஆம், இதுதான் " நாவலன் தீவு " என்று அழைக்கப்பட்ட "குமரிப் பெருங்கண்டம்". கடலுக்கடியில் இன்று அமைதியாக உறங்கிக்கிகொண்டிருக்கும் இது, ஒரு காலத்தில் பிரம்மாண்டமாக இயங்கிக்கொண்டிருந்த ஒரு மாபெரும் தமிழ்க் கண்டம்! இன்று தனித்தனி நாடுகளாக உள்ள ஆஸ்திரேலியா, மடகாஸ்கர், தென்னாப்பிரிக்கா, இலங்கை,மற்றும் கிழக்கில் உள்ள சில சிறு, சிறு தீவுகளையெல்லாம் இணைத்தவாறு இருந்த ஒரு பிரம்மாண்ட நிலப்பரப்பு தான் "குமரிக்கண்டம்". ஏழுதெங்க நாடு, ஏழுமதுரை நாடு, ஏழுமுன்பலை நாடு, ஏழுபின்பலை நாடு, ஏழுகுன்ற நாடு, ஏழுகுனக்கரை நாடு,

ஏழுகுரும்பனை நாடு என இந்நிலப்பரப்பில் நாற்பத்தொன்பது நாடுகள் இருந்துள்ளன! பறுளி, குமரி என்ற இரண்டு மாபெரும் ஆறுகள் ஓடியுள்ளன!

குமரிக்கொடு, மணிமலை என இரண்டு மலைகள் இருந்துள்ளன! தென்மதுரை, கபாடபுரம், முத்தூர் என பிரம்மாண்டமான மூன்று நகரங்கள் இருந்தன. உலகின் தொன்மையான நாகரீகம் என்று அழைக்கப்படும் சுமேரியன் நாகரீகம் வெறும் நான்காயிரம் வருடங்கள் முந்தையது தான்.

நக்கீரர் "இறையனார் அகப்பொருள்" என்ற நூலில் மூன்று தமிழ்ச் சங்கங்கள் 9990 வருடங்கள் தொடர்து நடைபெற்றதாக கூறியுள்ளார். தமிழின் முதல் சங்கம் இந்த கடலடியில் உள்ள "தென் மதுரையில்" கி.மு 4440இல் 4449 புலவர்களுடன் , சிவன், முருகர், அகஸ்தியருடன் 39 மன்னர்களும் இணைந்து நடத்தப்பட்டது. இதில், "பரிபாடல், முதுநாரை, முடுகுருக்கு, கலரியவிரை, பேரதிகாரம்" ஆகிய நூல்களை இயற்றியுள்ளனர். இதில் அனைத்துமே கடற்கோளில் அழிந்துவிட்டன. இரண்டாம் தமிழ்ச்

சங்கம் "கபாடபுரம்" நகரத்தில் கி.மு 3700இல் 3700 புலவர்களுடன் நடத்தப்பட்டது. இதில், "அகத்தியம், தொல்காப்பியம், பூதபுராணம், மாபுராணம்" ஆகிய நூல்கள் இயற்றப்பட்டன. இதில் "தொல்காப்பியம்" மட்டுமே நமக்கு கிடைத்துள்ளது. மூன்றாம் தமிழ்ச் சங்கம் இன்றைய "மதுரையில்" கி.மு 1850 இல் 449 புலவர்களுடன் நடத்தப்பட்டது. இதில், "அகநானூறு, புறநானூறு, நாலடியார், திருக்குறள்" ஆகிய நூல்கள் இயற்றப்பட்டது.சங்க இலக்கியத்தொகுப்பில் தொல்காப்பியம், எட்டுத்தொகை, பத்துப்பாட்டு, பதினெண்கீழ் கணக்கு, சிலப்பதிகாரம், மணிமேகலை ஆகியன இடம் பெற்றுள்ளன. காலத்தால் தொன்மை பெற்றதான தொல்காப்பியத்தை இயற்றியவர் தொல்காப்பியர். இது ஒரு இலக்கண நூல் என்றாலும், சங்க கால அரசியல், சமூக பொருளாதார நிலைமைகளைப் பற்றிய தகவல்களைத் தருகிறது. எட்டுத் தொகை என்பது ஐங்குறுநூறு, நற்றிணை, அகநானூறு, புறநானூறு, குறுந்தொகை, கலித்தொகை, பரிபாடல், பதிற்றுப்பத்து என்ற எட்டு நூல்களின் தொகுப்பாகும். பத்துப்பாட்டில் திருமுருகாற்றுப்படை, முல்லைப்பாட்டு, நெடுநல்வாடை, மதுரைக்காஞ்சி, குறிஞ்சிப் பாட்டு, பட்டினப்பாலை, மலைபடுகடாம் என்ற பத்து நூல்கள்

உள்ளன. எட்டுத்தொகை, பத்துப்பாட்டு நூல்கள் அகம், புறம் என்ற இரண்டு திணைகளாகப் பிரிக்கப்பட்டுள்ளன. பதினெண்கீழ்கணக்கில் அறத்தையும் ஒழுக்கத்தையும் வலியுறுத்தும் பதினெட்டு நூல்கள் உள்ளன. அவற்றில் திருவள்ளுவர் இயற்றிய திருக்குறள் குறிப்பிடத்தக்கதாகும். இளங்கோ அடிகள் இயற்றிய சிலப்பதிகாரமும், சீத்தலைச்சாத்தனார் இயற்றிய மணிமேகலையும் சங்க கால சமூகம் மற்றும் அரசியல் குறித்த தகவல்களைத் தருகின்றன.சங்க இலக்கியங்களைத் தவிர, கிரேக்க எழுத்தாளர்களான பிளினி, டாலமி, மெகஸ்தனிஸ், ஸ்ட்ராபோ ஆகியோர் தென்னிந்தியாவிற்கும் மேலை நாடுகளுக்கும் இடையே நிலவிய வர்த்தகத் தொடர்புகளை குறிப்பிட்டுள்ளனர். மௌரியப் பேரரசுக்கு தெற்கேயிருந்த சேர, சோழ, பாண்டிய ஆட்சியாளர்கள் பற்றி அசோகரது கல்வெட்டுக்கள் கூறுகின்றன. கலிங்கத்துக் காரவேலனின் ஹதிகும்பா கல்வெட்டும் தமிழ்நாட்டு அரசுகளைப் பற்றி குறிப்பிடுகிறது. அரிக்கமேடு, பூம்புகார், கொடுமணல் போன்ற இடங்களில் மேற்கொள்ளபட்ட அகழ்வாய்வுகளும் தமிழர்களின் வாணிப நடவடிக்கைகளை வெளிப்படுத்துகின்றன.சங்க இலக்கியத்தின் காலவரையறை பற்றி அறிஞர்களுக்கிடையே இன்னும்

கருத்தொற்றுமை ஏற்படவில்லை. இலங்கை அரசன் இரண்டாம் கயவாகு, சேர அரசன் செங்குட்டுவன் இருவரும் சமகாலத்தவர் என்ற செய்தி சங்க காலத்தை நிர்ணயிப்பதற்கு அடிப்படையாகத் திகழ்கிறது. இச்செய்தியை சிலப்பதிகாரம், தீபவம்சம், மகாவம்சம் ஆகிய நூல்கள் உறுதிப்படுத்துகின்றன. மேலும், கி.பி. முதலாம் நூற்றாண்டைச் சேர்ந்த ரோமானியப் பேரரசர்கள் வெளியிட்ட ரோமானிய நாணயங்கள் தமிழகத்தின் பல்வேறு பகுதிகளில் கண்டெடுக்கப்பட்டுள்ளன. எனவே, இலக்கியம், தொல்லியல், நாணயவியல் ஆதாரங்களை அடிப்படையாகக் கொண்டு, சங்க இலக்கியங்களின் காலம் கி.மு. மூன்றாம் நூற்றாண்டிலிருந்து கி.பி. மூன்றாம் நூற்றாண்டு வரை என்ற முடிவுக்கு வரலாம்.சங்க கால தமிழகத்தில் சேர, சோழ, பாண்டிய மரபுகள் ஆட்சி புரிந்தனர். இலக்கிய குறிப்புகளிலிருந்து இந்த மரபுகளின் வரலாற்றை ஓரளவு அறிந்து கொள்ளலாம்.

தற்காலத்திய கேரளப் பகுதியில் சேரர்கள் ஆட்சிபுரிந்தனர். அவர்களது தலைநகரம் வஞ்சி. முக்கிய துறை முகங்கள் தொண்டி மற்றும் முசிறி. பனம்பூ மாலையை அவர்கள் அணிந்தனர். கி.பி. முதலாம்

நூற்றாண்டைச் சேர்ந்த புகலூர்க் கல்வெட்டு சேர ஆட்சியாளர்களின் மூன்று தலைமுறைகள் பற்றி குறிப்பிடுகிறது. சேர அரசர்களைப் பற்றி பதிற்றுப் பத்தும் கூறுகிறது. பெரும்சோற்று உதியன் சேரலாதன், இமயவரம்பன் நெடுஞ்சேரலாதன், சேரன் செங்குட்டுவன் ஆகியோர் சேர மரபின் சிறந்த அரசர்களாவர்.

சேரன் செங்குட்டுவன் கி.பி. இரண்டாம் நூற்றாண்டைச் சேர்ந்தவன். அவனது இளவலான இளங்கோ அடிகள் சிலப்பதிகாரத்தை இயற்றினார். செய்குட்டுவனின் படையெடுப்புகளில் அவன் மேற்கொண்ட இமாலயப் படையெடுப்பு குறிப்பிடத்தக்கதாகும். பல்வேறு வட இந்திய ஆட்சியாளர்களை அவன் முறியடித்தான். தமிழ்நாட்டில் கற்புக்கரசி கண்ணகி அல்லது பத்தினி வழிபாட்டை செங்குட்டுவன் அறிமுகப்படுத்தினான். இமாலயப் படையெடுப்பின்போது பத்தினிசிலை வடிப்பதற்கான கல்லைக்கொண்டு வந்தான். கோயில் குடமுழுக்கு விழாவில் இலங்கை அரசன் இரண்டாம் கயவாகு உள்ளிட்ட பல அரசர்கள் கலந்து கொண்டனர்.

தற்காலத்திய திருச்சி மாவட்டத்திலிருந்து தெற்கு ஆந்திரப் பிரதேசம் வரையிலான பகுதியே சங்க காலத்தில் சோழ நாடு எனப்பட்டது. சோழர்களின் தலைநகரம் முதலில் உறையூரிலும் பின்னர் புகாரிலும் இருந்தது. சங்க காலச் சோழர்களில் சிறப்பு வாய்ந்தவன் கரிகால் சோழன். அவனது இளமைக்காலம், போர் வெற்றிகள் குறித்து பட்டினப்பாலை விவரிக்கிறது. சேரர்கள், பாண்டியர்கள், பதினொரு குறுநில மன்னர்கள் அடங்கிய பெரிய கூட்டிணைவுப் படைகளை கரிகாலன் வெண்ணிப் போரில் முறியடித்தான். இந்த நிகழ்ச்சி சங்கப் பாடல்கள் பலவற்றில் குறிப்பிடப்பட்டுள்ளது. அவன் மேற்கொண்ட மற்றொரு போர் வாகைப் பறந்தலைப் போராகும். அதில் ஒன்பது குறுநில மன்னர்களை மண்டியிடச் செய்தான். கரிகாலனின் போர் வெற்றிகள் தமிழ்நாடு முழுவதையும் சோழர்களின் கட்டுப்பாட்டில் கொண்டுவந்தன. அவனது ஆட்சிக் காலத்தில் வாணிகமும் செழித்தோங்கியது. காடுகளைத் திருத்தி விளை நிலமாக்கியவன் கரிகாலன். இதனால் நாட்டின் செல்வச் செழிப்பு பெருகியது. காவிரி ஆற்றின் குறுக்கே கல்லணையை கரிகாலன் அமைத்தான். வேறு பல நீர்ப்பாசன ஏரிகளையும் அவன் வெட்டுவித்தான்.தற்காலத்திய தெற்குத் தமிழ்நாட்டில் சங்ககாலப் பாண்டியர்கள் ஆட்சி புரிந்தனர். அவர்களின்

தலைநகரம் மதுரை. நெடியோன், பலயாகசாலை முதுகுடுமிப் பெருவழுதி, முடத்திருமாறன் போன்றோர் முற்காலத்திய பாண்டிய மன்னவர்களாவர். ஆரியப்படை கடந்த நெடுஞ்செழியன், கோவன் கொல்லப்படவும், கண்ணகி சினமுற்று மதுரையை எரிக்கவும் காரணமாக இருந்தவர். மற்றொருவர் தலையாலங்கானத்துச் செருவென்ற நெடுஞ்செழியன். நக்கீரன் மற்றும் மாங்குடி மருதனார் ஆகிய புலவர்களால் போற்றப்பட்டவர். தற்கால தஞ்சை மாவட்டத்திலிருந்த தலையாலங்கானம் என்ற விடத்தில் நடைபெற்ற போரில் எதிரிகளை வீழ்தியதால் அவருக்கு இப்பெயர் வழுங்கலாயிற்று. இவ்வெற்றியின் பயனாக, நெடுஞ்செழியன் தமிழகத்தை தனது கட்டுப்பாட்டில் கொண்டு வந்தார். செழிப்பான துறைமுகமான கொற்கை பற்றியும், பாண்டிய நாட்டின் சமூக — பொருளாதார நிலைமைகளை குறித்தும் மாங்குடி மருதனார் மதுரைக் காஞ்சியில் விவரித்துள்ளார். உக்கிரப் பெருவழுதி மற்றொரு சிறப்பு மிக்க பாண்டிய அரசன். களப்பிரர்கள் படையெடுப்பின் விளைவாக சங்க காலப்பாண்டியர்கள் ஆட்சி வீழ்ச்சியடைந்தது.சங்க காலத்தில் குறுநில மன்னர்கள் முக்கிய பங்காற்றினர். பாரி, காரி, ஓரி, நல்லி, பேகன், ஆய், அதியமான் என்ற

கடையெழு வள்ளல்கள் கொடைக்குப் பெயர் பெற்றவர்கள். தமிழ்ப் புலவர்களை ஆதரித்துப் போற்றினர். சேர, சோழ, பாண்டி ஆட்சியாளர்களுக்கு அவர்கள் கீழ்ப்படிந்தவர்கள் என்ற போதிலும் தத்தம் ஆட்சிப் பகுதிகளில் வலிமையும் புகழும் பெற்றுத் திகழ்ந்தனர்.சங்க காலத்தில் மரபுவழி முடியாட்சி முறையே வழக்கிலிருந்தது. அமைச்சர், அவைப்புலவர், அரசவையோர் போன்றவர்களின் ஆலோசனையை அரசன் கேட்டு நடந்தான். வானவரம்பன், வானவன், குட்டுவன், இரும்பொறை, வில்லவர் போன்ற விருதுப் பெயர்களை சேர மன்னர்கள் சூட்டிக் கொண்டனர். சென்னி, வளவன், கிள்ளி என்பன சோழர்களின் பட்டப் பெயர்களாகும். தென்னவர், மீனவர் என்பவை பாண்டிய மன்னர்களின் விருதுப் பெயர்களாகும். ஒவ்வொரு சங்ககால அரச குலமும் தங்களுக்கேயுரிய அரச சின்னங்களைப் பெற்றிருந்தனர். பாண்டியர்களின் சின்னம் மீன். சோழர்களுக்கு புலி, சேரர்களுக்கு வில், அம்பு. அரசவையில் குறுநிலத் தலைவர்களும் அதிகாரிகளும் வீற்றிருந்தனர். ஆட்சியில் அரசருக்கு உதவியாக பெரும்திரளான அதிகாரிகள் இருந்தனர். அவர்கள் ஐந்து குழுக்களாக பிரிக்கப்பட்டிருந்தனர் — அமைச்சர்கள், அந்தணர்கள், படைத்தலைவர்கள், தூதுவர்கள், ஒற்றர்கள். சங்க காலத்தில் படை நிர்வாகம் திறம்பட

சீரமைக்கப்பட்டிருந்தது. ஒவ்வொரு ஆட்சியாளரும் நிரந்தரப் படையையும், தத்தமக்குரிய கொடிமரத்தையும் கொண்டிருந்தனர்.

அரசின் முக்கிய வருவாய் நிலவரி. அயல்நாட்டு வாணிகத்தின் மீது சுங்கமும் வசூலிக்கப்பட்டடது. புகார் துறைமுகத்தில் நியமிக்கப்பட்டிருந்த சுங்க அதிகாரிகள் பற்றி பட்டினப்பாலை குறிப்பிடுகிறது. போரின்போது கைப்பற்றப்படும் கொள்ளைப் பொருட்கள் அரசுக் கருவூலத்திற்கு முக்கிய வருவாயகத் திகழ்ந்தது. சாலைகளும் பெருவழிகளும் நன்கு பராமரிக்கப்பட்டுவந்தன. கொள்கை மற்றும் கடத்தல் ஆகியவற்றை தடுப்பதற்காக இரவும் பகலும் அவை கண்காணிக்கப்பட்டன.ஐந்து வகை நிலப்பிரிவுகள் பற்றி தொல்காப்பியம் குறிப்பிடுகிறது.

- குறிஞ்சி (மலையும், மலைசார்ந்த நிலமும்)
- முல்லை (காடும், காடு சார்ந்த நிலமும்)
- மருதம் (வயலும், வயல் சார்ந்த நிலமும்)
- நெய்தல் (கடலும், கடல் சார்ந்த நிலமும்)
- பாலை (வறண்ட பூமி)

இந்த நிலங்களில் வாழ்ந்த மக்கள் தத்தம் கடவுளர்களையும்

தொழில்களையும் பெற்றிருந்தனர்.

1. குறிஞ்சி — முதன்மைக் கடவுள் முருகன் (தொழில்: வேட்டையாடுதல், தேன் எடுத்தல்)

2. முல்லை — முதன்மைக் கடவுள் மாயோன் (விஷ்ணு) (தொழில்: ஆடு, மாடு வளர்ப்பு, பால் பொருட்கள் உற்பத்தி)

3. மருதம் — முதன்மைக்கடவுள் — இந்திரன் (தொழில்: வேளாண்மை)

4. நெய்தல் — முதன்மைக்கடவுள் — வருணன் (தொழில்: மீன் பிடித்தல், உப்பு உற்பத்தி)

5. பாலை — முதன்மைக் கடவுள் — கொற்றவை (தொழில்: கொள்ளையடித்தல்)

நான்கு வகை சாதிகள் — அரசர், அந்தணர், வணிகர், வேளாளர் — குறித்து தொல்காப்பியம் கூறுகிறது. ஆளும் வர்க்கத்தினர் அரசர் என்றழைக்பட்டனர். சங்க கால அரசியல் மற்றும் சமய வாழ்க்கையில் அந்தணர் முக்கிய பங்கு வகித்தனர். வணிகர்கள் வணிகத் தொழிலில் ஈடுபட்டனர். வேளாளர்கள் பயிர்த் தொழில் செய்தனர். பழங்குடி இனத்தவர்களான பரதவர்,

பாணர், எயினர், கடம்பர், மறவர், புலையர் போன்றோரும் சங்க கால சமுதாயத்தில் அங்கம் வகித்தனர். பண்டையக்கால தொல்பழங்குடிகளான தோடர்கள், இருளர்கள், நாகர்கள், வேடர்கள் போன்றோரும் இக்காலத்தில் வாழ்ந்தனர்.

சங்க காலத்தின் முதன்மைக் கடவுள் முருகன் அல்லது சேயோன் தமிழ்க்கடவுள் என அவர் போற்றப்பட்டார். முருக வழிபாடு தொன்மை வாய்ந்தது. முருகன் தொடர்பான விழாக்கள் சங்க இலக்கியத்தில் குறிப்பிடப்பட்டுள்ளன. அறுபடை வீடுகள் அவனுக்கே உரித்தானவை. மாயோன் (விஷ்ணு), வேந்தன் (இந்திரன்), வருணன், கொற்றவை போன்ற கடவுள்களையும் சங்க காலத்தில் வழிபட்டனர். வீரக்கல் அல்லது நடுகல் வழிபாடு சங்க காலத்தில் முக்கியத்துவம் பெற்று விளங்கியது. போர்க்களத்தில் வீரனது ஆற்றலையும் தியாகத்தையும் போற்றும் வகையில் அனவது நினைவாக வீரக்கல் நடப்பட்டடது. தமிழ்நாட்டின் பல பகுதிகளில் மறைந்த வீரர்கள் பற்றிய குறிப்புகள் அடங்கிய வீரக்கற்கள் கண்டெடுக்கப்பட்டுள்ளன. இத்தகைய நீத்தோர் வழிபாடு மிகவும் தொன்மையானதாகும்.சங்க காலத்தில் மகளிர் நிலை குறித்து அறிந்து கொள்ள

சங்க இலக்கியங்களில் ஏராளமான தகவல்கள் உள்ளன. அவ்வையார், நச்செள்ளையார், காக்கைபாடினியார் போன்ற பெண் புலவர்கள் இக்காலத்தில் வாழ்ந்து தமிழ் இலக்கியத்திற்கு சிறப்பான பங்களிப்பை வழங்கியுள்ளனர். மகளிரின் வீரம் குறித்து பல்வேறு பாடல்களில் குறிப்பிடப்பட்டுள்ளன. கற்பு பெண்களின் தலையாய விழுமியமாகப் போற்றப்பட்டது. காதல் திருமணம் சாதாரணமாக வழக்கத்திலிருந்தது. பெண்கள் தங்கள் வாழ்க்கைத் துணையை தெரிவு செய்யும் உரிமையைப் பெற்றிருந்தனர். இருப்பினும், கைம்பெண்களின் நிலை மிகவும் பரிதாபமாக இருந்தது. சமுதாயத்தின் மேல்மட்டத்தில் ‘சதி’ என்ற உடன்கட்டையேறும் வழக்கம் பின்பற்றப்பட்டது. அரசர்களும், உயர்குடியினரும் நாட்டிய மகளிரை ஆதரித்துப் போற்றினர்.கவிதை, இசை, நாட்டியம் போன்ற நுண்கலைகள் சங்ககாலத்தில் புகழ்பெற்று விளங்கின. அரசர்கள், குறுநில மன்னர்கள், உயர்குடியினர் போன்றோர் புலவர்களுக்கு தாராளமாக பரிசுப் பொருட்களை வழங்கி ஆதரித்தனர். பாணர், விறலியர் போன்ற நாடோடிப் பாடகர்கள் அரசவைகளை மொய்த்த வண்ணம் இருந்தனர். நாட்டுப்புற பாடல்களிலும் நாட்டுப்புற நடனங்களிலும் தேர்ச்சி பெற்ற கலைஞர்கள் சங்க காலத்தில்

வாழ்ந்தனர். இசையும் நடனமும் நன்கு வளர்ச்சி பெற்றிருந்தது. சங்க இலங்கியங்களில் பல்வேறு வகையிலான யாழ்களும் முரசுகளும் குறிப்பிடப்பட்டுள்ளன. கணிகையர் நடனத்தில் சிறந்து விளங்கினர். ‘கூத்து’ மக்களின் சிறந்த பொழுதுபோக்காக திகழ்ந்தது.வேளாண்மை முக்கியத் தொழில் ஆகும். நெல் முக்கியப் பயிர் கேழ்வரகு, கரும்பு, பருத்தி, மிளகு, இஞ்சி, மஞ்சள், இலவங்கம், பல்வேறு பழவகைகள் போன்றவையும் பயிரிடப்பட்டன. பலா, மிளகு இரண்டுக்கும் சேர நாடு புகழ் பெற்றதாகும். சோழ நாட்டிலும், பாண்டிய நாட்டிலும் நெல் முக்கிய பயிராகும்.

சங்க காலத்தில் கைத்தொழில்கள் ஏற்றம் பெற்றிருந்தன. நெசவு, உலோகத் தொழில், தச்சுவேலை, கப்பல் கட்டுதல், மணிகள், விலையுயர்ந்த கற்கள், தந்தம் ஆகியவற்றை பயன்படுத்தி ஆபரணங்கள் செய்தல் போன்றவை ஒருசில கைத்தொழில்களாகும். இத்தகைய பொருட்களுக்கு நல்ல தேவைகள் இருந்தன. ஏனென்றால் சங்ககாலத்தில் உள்நாட்டு மற்றும் அயல்நாட்டு வாணிகம் சுறுசுறுப்பாக நடைபெற்றது. பருத்தி மற்றும் பட்டு இழைகளைக் கொண்டு நெய்யப்பட்ட துணிகள் உயர்ந்த தரமுடையதாக இருந்தன. நீராவியைவிடவும், பாம்பின்

தோலைவிடவும் மெலிதான துணிகள் நெய்யப்பட்டடதாக சங்க இலக்கியப் பாடல்கள் குறிப்பிடுகின்றன. உறையூரில் உற்பத்தி செய்யப்பட்ட பருத்தியாடைகளுக்கு மேலை நாடுகளில் பெரும் தேவை காணப்பட்டடது.

உள்நாட்டு மற்றும் அயல்நாட்டு வர்த்தகம் சங்க கால்தில் நன்கு சீரமைக்கப்பட்டிருந்தது. சங்க இலக்கியங்கள், கிரேக்க — ரோமானிய நூல்கள் மற்றும் தொல்லியல் சான்றுகள் இது குறித்த ஏராளமான தகவல்களைத் தருகின்றன. வண்டிகளிலும் விலங்குகள் மேல் ஏற்றப்பட்ட பொதிகளின் மூலமாகவும், வணிகர்கள் பொருட்களை கொண்டுசென்று விற்பனை செய்தனர். உள்நாட்டு வாணிகம் பெரும்பாலும் பண்டமாற்று முறையின் அடிப்படையிலேயே நடைபெற்றது.

தென்னிந்தியாவிற்கும், கிரேக்க அரசுகளுக்கும் இடையே அயல்நாட்டு வர்த்தகம் நடைபெற்றது. ரோமானியப் பேரரசு தோன்றிய பிறகு ரோமாபுரியுடனான வாணிபம் சிறப்படைந்தது. துறைமுகப்பட்டினமான புகார் அயல்நாட்டு வணிகர்களின் வர்த்தகமையமாகத் திகழ்நததது. விலை மதிப்பு மிக்க பொருட்களை ஏற்றிவந்த பெரிய கப்பல்கள் இந்த துறைமுகத்திற்கு வந்து சென்றன. தொண்டி, முசிறி,

கொற்கை, அரிக்கமேடு, மரக்காணம் போன்றவை பிற சுறுசுறுப்பான துறைமுகங்களாகும். அயல்நாட்டு வாணிபம் குறித்து 'பெரிப்புளூஸ்' நூலின் ஆசிரியர் பல அரிய தகவல்களைக் கூறியுள்ளார். அகஸ்டஸ், டைபீரியஸ், நீரோ போன்ற ரோமானியப் பேரரசர்கள் வெளியிட்ட தங்கம் மற்றும் வெள்ளியாலான நாணயங்கள் தமிழகத்தின் பல்வேறு பகுதிகளில் ஏராளமாகக் கிடைக்கின்றன. சங்க காலத்தில் நடைபெற்ற வாணிகத்தின் அளவு மற்றும் தமிழ்நாட்டில் ரோமானிய வணிகர்களின் செயல்பாடுகள் ஆ◌ிகயவற்றை இவை வெளிப்படுத்துவதாக உள்ளன. பருத்தியாடைகள், மிளகு, இஞ்சி, ஏலக்காய், இலவங்கம், மஞ்சள் போன்ற நறுமணப் பொருட்கள், தந்தவேலைப்பாடு நிறைந்த பொருட்கள், முத்துக்கள் மற்றும் விலையுயர்ந்த கற்கள் போன்றவை சங்க காலத்தில் ஏற்றுமதி செய்யப்பட்டட பொருட்களாகும். தங்கம், குதிரைகள், இனிப்பான மதுவகைகள் ஆகியன முக்கிய இறக்குமதிகளாகும்.கி.பி. மூன்றாம் நூற்றாண்டின் இறுதியில் சங்ககாலம் மெல்ல முடிவுக்கு வரத் தொடங்கியது. சுமார் இரண்டரை நூற்றாண்டுகள் தமிழகத்தை களப்பிரர்கள் ஆக்கிரமித்துக் கொண்டனர். களப்பிரர்கள் ஆட்சிகுறித்து நமக்கு சொற்ப தகவல்களே

கிடைக்கின்றன. இக்காலத்தில் புத்த சமயமும், சமண சமயமும் முக்கியத்துவம் பெற்றிருந்தன. பின்னர் களப்பிரர்களை விரட்டிவிட்டு வடக்கு தமிழ்நாட்டில் பல்லவர்களும், தெற்குத் தமிழ்நாட்டில் பாண்டியர்களும் தத்தம் ஆட்சியை நிறுவினர்.

பண்டைய தமிழ்நாட்டில், வேந்தர் என அழைக்கப்பட்ட அரசர்களின் தலைமையின் கீழ் இருந்த மூன்று முடியாட்சி மாநிலங்களும் வேள் அல்லது வேளிர் என்ற பட்டப் பெயர் கொண்டு அழைக்கப்பட்ட பல பழங்குடி இனத் தலைவர்களின் தலைமையில் இருந்த பழங்குடி இனக் குழுக்களும் இருந்தன.இவர்களுக்கும் அடுத்ததாக, உள்ளூர் பகுதிகளின் இனக் குழுக்களின் தலைவர்கள் இருந்தனர், இவர்கள் கிழார் அல்லது மன்னர் என அழைக்கப்பட்டனர்.கி.மு மூன்றாம் நூற்றாண்டின் போது தக்காணப் பீடபூமி மௌரியப் பேரரசின் ஒரு அங்கமாக இருந்தது. கி.மு முதல் நூற்றாண்டின் இடைப்பகுதி முதல் கி.பி இரண்டாம் நூற்றாண்டு வரை இந்த பகுதி சாதவாகனர் வம்சத்தினரால் ஆட்சி செய்யப்பட்டது. வடக்கு பகுதியைச் சேர்ந்த இந்தப் பேரரசுகளின் கட்டுப்பாட்டிலிருந்து தமிழ் பகுதி தன்னிச்சையாக இருந்தது. தமிழ்

அரசர்கள் மற்றும் குழுத்தலைவர்கள் எப்போதும் ஒருவருக்கொருவர் சண்டையிட்டுக் கொண்டிருந்தனர். பெரும்பாலும் அவர்கள் சண்டையிடுவது இடங்களுக்காகவே. அரசனின் நீதிமன்றங்கள் அதிகாரத்தைப் பகிர்ந்தளிப்பதற்கு பதிலாக சமூக நிகழ்வுகளுக்கான மையங்களாக இருந்தன. அவை வளங்களைப் பகிர்ந்தளிக்கும் மையங்களாக இருந்தன. ஆட்சியாளர்கள் படிப்படியாக வட இந்தியார்களின் ஆதிக்கம் மற்றும் வேதக் கொள்கைகளைப் பின்பற்றத் தொடங்கினர். இவைகள் ஆட்சியாளரின் நிலையை மேம்படுத்த பலி கொடுக்கும் பழக்கத்தையும் ஊக்குவித்தன.

அசோகப் பேரரசின் கீழ் இல்லாத பேரரசுகள் மற்றும் இந்தப் பேரரசுடன் நட்பு நிலையில் இருந்த பேரரசுகள் பற்றிய விவரங்கள் கல்வெட்டில் குறிப்பிடப்பட்டுள்ளன. இவற்றுடன் சேர்ந்து சோழர்கள், பாண்டியர்கள் மற்றும் சேரர்களின் வம்சங்கள் (கி.மு 273-232) அசோகத் தூண்களில் குறிப்பிடப்பட்டுள்ளன.[நூறு ஆண்டுகளுக்கும் மேலாக இருந்த தமிழ் பேரரசுகளின் கூட்டமைப்பின் கதிகும்பா கல்வெட்டில், சுமார் கி.மு 150 ஆம் ஆண்டு கலிங்கப் பேரரசை ஆட்சி செய்த அரசன் கார்வேலா (Kharavela) பற்றிய தகவல்கள் குறிப்பிடப்பட்டுள்ளன.

முற்கால சோழர்களில் கரிகாலச் சோழன் மிகப் பிரபலமாக இருந்தார். சங்க இலக்கியங்களின் பல்வேறு செய்யுள்களில் கரிகாலச் சோழன் பற்றி குறிப்பிடப்பட்டுள்ளது.பின்னாளில் எழுதப்பட்ட சிலப்பதிகாரம் நூலில் வரும் பல்வேறு கதைகளிலும் கரிகாலன் பற்றிய செய்திகள் முக்கிய பொருளாக இருந்தது. மேலும் 11 மற்றும் 12 ஆம் நூற்றாண்டில் எழுதப்பட்ட இலக்கிய நூல்கள் மற்றும் கல்வெட்டுகளிலும் கரிகாலன் பற்றிய தகவல்கள் உள்ளன. இமாலயம் வரையிலான இந்தியா முழுவதையும் வென்றவன் எனவும் நிலமானியங்களைக் கொண்டு காவேரி ஆற்றின் வெள்ளத்தை தடுப்பதற்காக கரைகளைக் கட்டியவன் எனவும் இந்த நூல்கள் விளக்குகின்றன. சங்க இலக்கியங்களில் இந்த தகவல்கள் இல்லை என்பதால் இந்த புராணம் பற்றி வெளிப்படையாக தெரிவதில்லை. சோழர்களில் மற்றொரு பிரபலமான மன்னன் கோச்செங்கண்ணன் ஆவான். சங்க கால இலக்கியப் பாடல்கள் பலவற்றில் அவனைப் பற்றி புகழ்ந்து பாடப்பட்டுள்ளது. இடைக்காலத்தின் போது சைவத் ஞானியாகவும் கருதப்பட்டார்.

இந்திய தீபகற்பத்தின் தென்கோடிப் பகுதியான கொற்கையிலிருந்து முதலில் ஆட்சி செய்ய தொடங்கிய பாண்டியர்கள்

பின்னாளில் மதுரை நகருக்கு மாறினர். சங்க இலக்கியத்திலும் பாண்டியர்கள் பற்றி குறிப்பிடப்பட்டுள்ளது. மேலும் இதே காலத்தில் இருந்த கிரேக்க மற்றும் ரோமானிய ஆவணங்களிலும் பாண்டியர்கள் பற்றி உள்ளது. மெகஸ்தனிஸ் (Megasthenes), இந்திகா (Indika) என்ற தனது நூலில் பாண்டியப் பேரரசு பற்றி குறிப்பிட்டுள்ளார். மதுரையின் தற்போதைய மாவட்டங்கள், திருநெல்வேலி மற்றும் தெற்கு கேரளாவின் சில பகுதிகளை பாண்டியர்கள் தங்கள் கட்டுப்பாட்டில் வைத்திருந்தனர். பாண்டியர்கள் கிரேக்கம் மற்றும் ரோம் ஆகிய நாடுகளுடன் வணிகத் தொடர்பையும் கொண்டிருந்தனர். பாண்டியர்கள் தமிழகத்தின் மற்ற பேரரசுகளுடன் இணைந்து ஈழத்தின் தமிழ் வணிகர்களுடன் வியாபார மற்றும் திருமணத் தொடர்பையும் கொண்டிருந்தனர். சங்க இலக்கியங்களின் பல்வேறு பாடல்களில் பாண்டிய மன்னர்கள் பலர் பற்றி குறிப்புகள் காணப்படுகின்றன. இவர்களில் ‘தலையாலங்கானம் வென்ற’ நெடுஞ்செழியன் மற்றும் தியாகச் செயல்களுக்கான சிறப்பான ஒருவராக குறிப்பிடப்படும் ஆரான் முதுகுடுமி பெருவழுதி என்ற மற்றொரு நெடுஞ்செழியன் ஆகியோர் சிறப்பாக குறிப்பிடப்பட்டுள்ளனர். அகநானூறு

மற்றும் புறநானூறு போன்ற தமிழ்நூல்களின் தொகுப்புகளில் உள்ள சிறிய பாடல்கள், மதுரைக் காஞ்சி மற்றும் நெடுநல்வாடை போன்ற இரண்டு முக்கிய நூல்களிலும் (பத்துப்பாட்டு தொகுப்புகளில் உள்ளது) சங்க காலத்தில் பாண்டிய பேரரசில் மேற்கொள்ளப்பட்ட சமூக மற்றும் வணிக ரீதியான செயல்கள் பற்றிய செய்திகள் உள்ளன. மூன்றாம் நூற்றாண்டின் முடிவில் களப்பிரர்களின் ஊடுருவல் காரணமாக முற்காலப் பாண்டியர்களின் புகழ் மறைந்து போனது.

தென்னிந்தியாவின் மலபார் கடற்கரை அல்லது அதன் மேற்கு பகுதியுடன் இணைந்த, தற்போதைய கேரள மாநிலம் ஆகியவை ஒன்றிணைந்த பகுதியாக சேரர்களின் பேரரசு இருந்தது. கடல் வழியாக ஆப்பிரிக்காவுடன் வாணிகம் செய்வதற்கு ஏற்ற வகையில் அவர்களின் இருப்பிடம் இருந்தது இந்தியாவின் மாநிலமான கேரளாவில் உள்ள இன்றைய மக்கள், பண்டையக் காலத்தில் தங்கள் பகுதியை ஆட்சி செய்த சேரர்கள் பேசிய மொழியே பேசுகின்றனர். மேலும் தமிழ் நாட்டின் பிற பகுதிகளுடனும் இவர்கள் பரவலான தொடர்பு கொண்டிருந்தனர். இது ஒன்பது அல்லது பத்தாம் நூற்றாண்டு வரை மட்டுமே வழக்கத்தில் இருந்தது, இதன் பிறகு தமிழ் மொழியில் சமசுகிரதத்தின் தாக்கம் காரணமாக மொழியின் தனிப்பட்ட அங்கீகாரம் மாறி

புதிய மொழி ஒன்று பயன்பாட்டிற்கு வந்தது.

பழமையான இலக்கியங்கள் தமிழில் வளர்வதற்கு இந்த முற்கால பேரரசுகள் ஆதரவளித்தன. சங்க இலக்கியம் என்று அறியப்படும் செவ்வியல் இலக்கியம் கி.மு 200 முதல் 300 ஆம் ஆண்டு வரையிலான காலத்தைச் சேர்ந்ததாக அறியப்படுகிறது.சங்க இலக்கியத்திலுள்ள பாடல்கள் பெரும்பாலும் உணர்வு மற்றும் பொருள் சார்ந்த தலைப்புகளையே கொண்டுள்ளன. இடைக்காலத்தில் இவைகள் வகைப்படுத்தப்பட்டு பல்வேறு தொகை நூல்களாக திரட்டப்பட்டுள்ளன. செழுமையான நிலம் மற்றும் பல்வேறு தொழில் சார்ந்த மக்கள் குழுக்கள் பற்றியே இந்த சங்கப் பாடல்கள் சித்தரிக்கின்றன. இந்த பகுதிகளை ஆட்சி செய்வது பரம்பரை குடியாட்சி முறையில் இருந்தது. எனினும் இந்த பகுதிகளின் செயல்பாடுகள் மற்றும் ஆட்சி செய்பவரின் அதிகாரம் ஆகியவை முன்பே இயற்றப்பட்ட ஒழுங்குமுறைகளை (தர்மம்) பின்பற்றியே இருந்தது.மக்கள் தங்களின் அரசரிடம் மிகவும் விசுவாசமாக இருந்தனர். உலகம் சுற்றும் புலவர்களும் இசைக்கலைஞர்களும் நடனக் கலைஞர்களும் தாராள மனமுடைய அரசனின் அவைகளை அலங்கரித்தனர். இசை மற்றும் நடனக்

கலைகள் மேம்பட்டு பிரபலமாக இருந்தன. சங்ககாலப் பாடல்களில் பல்வேறு வகையான இசைக் கருவிகள் பற்றிக் குறிப்பிடப்பட்டிருந்தன. தெற்கு பகுதி மற்றும் வடக்கு பகுதி நடனங்களை ஒருங்கிணைத்து புதிய வகை நடனம் ஆடுவது இந்த காலத்தில் தான் தொடங்கியது. இந்த வகை நடனங்கள் இதிகாசமான சிலப்பதிகாரத்தில் முழுமையாக வெளிப்பட்டு இருந்தது.

உள்நாட்டு மற்றும் வெளிநாட்டு வர்த்தகம் சிறப்பான முறையில் ஒழுங்குபடுத்தப்பட்டு இயக்கத்தில் இருந்தது. தொல்லியல் துறை ஆய்வுகள் மற்றும் இலக்கியங்களில் யுவனர்களுடனான (கிரேக்கர்) வெளிநாட்டு வியாபாரம் செழுமையாக இருந்ததைக் கூறுகின்றன. தென்னிந்தாவின் மேற்குக் கடற்கரைப் பகுதியில் இருந்த முசிறி மற்றும் கிழக்குக் கடற்கரைப் பகுதியின் துறைமுக நகரம் பூம்புகார் ஆகிய இரு இடங்களில் ஏராளமான கப்பல்கள் நிறுத்தப்பட்டு வெளிநாட்டுப் பொருள்களை ஏற்றுமதி மற்றும் இறக்குமதி செய்து வியாபார மையங்களாக விளங்கின. இந்த வர்த்தகம் இரண்டாம் நூற்றாண்டிற்கு பிறகு வீழ்ச்சியடையத் தொடங்கியது. மேலும் ரோமானிய அரசுக்கும் பண்டைய தமிழ் நாட்டிற்கும் இருந்த நேரடி உறவு அரபியர்கள் மற்றும் கிழக்கு

ஆப்ரிக்காவை சேர்ந்த ஆக்சுமைட்களின் நேரடி வணிகத்தால் சிதைவுறத் தொடங்கியது. உள்நாட்டு வணிகம் சிறப்பாக இருந்தது, பொருள்கள் வாங்குவது மற்றும் விற்பது பண்டகமாற்று முறைப்படி நடந்தது. பெரும்பாலான மக்களுக்கும் அதிக நிலங்களைக் கொண்டிருந்த பரம்பரை விவசாயிகளான வெள்ளாளர்களுக்கும் விவசாயம் முக்கிய தொழிலாக இருந்தது.

1

தமிழ் இலக்கியங்கள் !

"எட்டுத்தொகை "

நற்றிணை - எட்டுத்தொகை

தொகுப்பித்தோன் :- பன்னாடு தந்த மாறன் வழுதி
தொகுத்தோன் :- அறியப்படவில்லை
400 பாடல்கள்.
385ம் பாடல் பிற்பகுதி மறைந்தது.
234ம் பாடல் என ஐயுறுவதும் கொடுக்கப்பட்டுள்ளது.
56 பாடல்களின் ஆசிரியர் அறியப்படவில்லை.
192 புலவர்களால் பாடப்பெற்றது.

எட்டுத்தொகை நூல்களில் முதலாவதாக

இடம்பெற்றுள்ள நூல் 'நற்றிணை'. 'நல்' என்னும் அடைமொழியும் அகப்பொருள் ஒழுக்கத்தைச் சுட்டும் 'திணை' என்னும் பெயரும் சேர்ந்து 'நற்றிணை' என்னும் பெயரால் இந்நூல் வழங்கப்படுகிறது.

இந்நூல் 9 அடி முதல் 12 அடிகள் வரை அமைந்த 400 பாடல்களைக் கொண்டது. இதைத் தொகுத்தவர் யார் என தெரியவில்லை தொகுப்பித்தவர் பன்னாடு தந்த பாண்டியன் மாறன் வழுதி ஆவார். இதனை நற்றிணை நானூறு என்றும் கூறுவர்.

நற்றிணைப் பாடல்கள் அக்காலச் சமூகத்தை அறிய பெரிதும் துணைபுரிகின்றன. மன்னர்களின் ஆட்சிச் சிறப்பு, கொடைத்தன்மை, கல்வியாளர்களின் சிறப்பு, மக்களின் வாழ்க்கை முறைகள், நம்பிக்கைகள், சடங்குகள் போன்றவற்றை இவை உணர்த்துகின்றன. பல்லி கத்தும் ஓசையை வைத்து சகுனம் பார்க்கும் வழக்கத்தையும், பெண்கள் விளையாடும் விளையாட்டுகளில் கால்பந்து இடம்பெற்றிருந்தது போன்ற செய்திகளையும் நற்றிணையில் அறியலாம். நற்றிணைப் பாடல்கள் அகப்பொருள் பாடல்களாம்.

கடவுள் வாழ்த்து:

'மா நிலம் சேவடி ஆக, தூ நீர்
வளை நரல் பௌவம் உடுக்கை ஆக,
விசும்பு மெய் ஆக, திசை கை ஆக,
பசுங் கதிர் மதியமொடு சுடர் கண் ஆக,
இயன்ற எல்லாம் பயின்று, அகத்து அடக்கிய . . . .[05]
வேத முதல்வன்' - என்ப -
'தீது அற விளங்கிய திகிரியோனே'.

பொருளுரை:

பெரிய நிலம் தன் சிவந்த அடிகளாகவும்; தூய நீரையுடைய சங்குகள் ஒலிக்கின்ற கடல் ஆடையாகவும்; ஆகாயம் மெய்யாகவும்; திசை கைகளாகவும்; தண்ணிய கதிர்களையுடைய திங்களும் ஞாயிறுமாகிய இரண்டும் இரண்டு கண்களாகவுங் கொண்டு; அமைந்துடைய எல்லாவுயிர்களிடத்தும் தான் பொருந்தி யிருப்பதன்றி; நில முதலாய எல்லாப் பொருள்களையும் தன்னுறுப்பகத் தடக்கிய வேதத்தாற் கூறப்படும் முதற்கடவுள்; குற்றந்தீர விளங்கிய திகிரியையுடைய மாயோனே யென்று ஆன்றோர் கூறாநிற்பர்; ஆதலின் யாமும் அவனையே கடவுளாகக் கொண்டு வணங்குவோ மென்றவாறு.

குறுந்தொகை - எட்டுத்தொகை:

குறுந்தொகை நான்கு தொடக்கம் எட்டு வரையான அடிகளைக் கொண்டமைந்த 401 பாடல்களின் தொகுப்பு. குறைந்த அடிகள் கொண்ட பாடல்களின் தொகுப்பாக இருப்பதால் இது குறுந்தொகை எனப் பெயர் பெற்றது. குறுந்தொகை பலவகையிலும் நற்றிணை, அகநானூறு ஆகிய பாடல் தொகுப்புகளை ஒத்தது. இத் தொகுப்பில் அமைந்துள்ள 391 பாடல்களை 205 புலவர்கள் பாடியுள்ளனர். ஏனைய 10 பாடல்களைப் பாடியவர்கள் பற்றிய தகவல்கள் கிடைக்கப் பெறவில்லை.

இது குறுந்தொகையைத் தொகுத்தவர் பாடிய பாடல். இந்தப் பாடலில் முருகப் பெருமான் வாழ்த்தப்படுகிறார்.

தாமரை புரையும் காமர் சேவடிப்
பவளத் தன்ன மேனித் திகழொளிக்
குன்றி ஏய்க்கும் உடுக்கைக் குன்றின்
நெஞ்சுபக எறிந்த அஞ்சுடர் நெடுவேற்
சேவலங் கொடியோன் காப்ப . . . . [5]
ஏமம் வைக எய்தின்றால் உலகே.

- பாரதம் பாடிய பெருந்தேவனார்.

அவனது திருவடிகள் தாமரை போன்றவை. யாவரும் விரும்பும் தன்மை உடையவை.

அவனது மேனி பவளம் போன்றது. அதில் குன்றிமணி போல் சிவந்த ஆடை அணிந்துள்ளான். வலக்கையில் கிரவுஞ்சம் என்னும் குன்றின் நெஞ்சு பிளக்க எறிந்ததும், அழகுச்சுடர் வீசுவதுமான நீண்ட வேலை உடையவன். இடக்கையில் சேவல் அணிசெய்யும் கொடியை உடையவன். அவன் காப்பதால் இந்த உலகம் ஒவ்வொரு நாளும் பாதுகாப்பைப் பெறுகிறது.

சிறப்பு: இப்பாடலில் செம்மேனி எம்மானாக முருகப்பெருமான் குறிக்கப்படுகின்றார். சிவந்த தாமரை போன்ற திருவடிகள்; சிவந்த பவளம் போன்ற மேனி; சிவந்த குன்றிமணிபோன்ற ஆடை; சிவந்த ரத்தம் தோய்ந்த சுடர்நெடுவேல் அசுரனின் நெஞ்சைப்பிளந்ததால்!; சிவந்த நிறமுடைய சேவலை எழுதிய கொடி; இத்தகைய செம்மேனி எம்மான் என்கின்றது இப்பாடல். முருகன் சிவந்த நிறம்கொண்டவனல்லவா? புலவரின் கற்பனை அழகு போற்றத்தக்கது.சிவந்த திருவடிகள், சிவந்தமேனி, சிவப்பு ஆடை, சிவப்பான நெடுவேல், சிவந்த சேவல் இவற்றையுடைய செம்மேனி எம்மானாம் முருகன். அழகான காட்சிஓவியம்!

மொத்த தமிழ் இலக்கியங்கள்:

தலை சங்கம்:

அகத்தியம்

பரிபாடல்

முதுநாரை

முதுகுருகு

களரியாவிரை

இடைச்சங்கம்:

தொல்காப்பியம்

மாபுராணம்

இசைநுணுக்கம்

பூதபுராணம்

கலி

குருகு

வெண்டாளி

வியாழமாலை அகவல்

கடைச்சங்கம்:

*****பதினெண் மேற்கணக்கு நூல்கள்***

****எட்டுத்தொகை***

நற்றிணை

குறுந்தொகை

ஐங்குறுநூறு

பதிற்றுப்பத்து

பரிபாடல்

கலித்தொகை

அகநானூறு

புறநானூறு

***பத்துப்பாட்டு**

திருமுருகாற்றுப்படை

பொருநராற்றுப்படை

சிறுபாணாற்றுப்படை

பெரும்பாணாற்றுப்படை

முல்லைப்பாட்டு

மதுரைக் காஞ்சி

நெடுநல்வாடை

குறிஞ்சிப் பாட்டு

பட்டினப் பாலை

மலைபடுகடாம்

****பதினெண் கீழ்க்கணக்கு நூல்கள்**

நாலடியார்

நான்மணிக்கடிகை

இன்னா நாற்பது

இனியவை நாற்பது

கார் நாற்பது

களவழி நாற்பது

ஐந்திணைஐம்பது,

ஐந்திணைஎழுபது,

திணைமொழி ஐம்பது,

திணைமாலைநூற்றைம்பது,

திருக்குறள்,

திரிகடுகம்,

ஆசாரக்கோவை,

பழமொழி நானூறு,

சிறுபஞ்சமூலம்,

இன்னிலை,முதுமொழிக்காஞ்சி,

ஏலாதி,

கைந்நிலை...

மேலே உள்ள அனைத்தும் மூன்று சங்கங்களில் இயற்ற பட்ட நூல்கள்,இவை போல்
இன்னும்
பலநூறு இலக்கியங்கள் தமிழில் இயற்றப்பட்டுள்ளது என்பது குறிப்பிடத்தக்கது.அவற்றுல்

சில.

நெடுந்தொகை நானூறு,

குறுந்தொகை நானூறு,

நூற்றைம்பது கலி,

எழுபது பரிபாடல்,

கூத்து,

வரி,

சிற்றிசை,

பேரிசை

ஐம்பெரும் காப்பியங்கள்:

சிலப்பதிகாரம்,

மணிமேகலை,

சீவக சிந்தாமணி,

வளையாபதி,

குண்டலகேசி..

மேலும் ஐஞ்சிறுங்காப்பியங்கள் என்றும்,பல பக்தி இலக்கியங்கள் என்றும் தமிழ்
இலக்கியம் நீண்டு கொண்டே செல்வது சிறப்பு.

தமிழ் இலக்கியத்தின் சிறப்புக்கள்!

தமிழ் இலக்கியம் இரண்டாயிரம் ஆண்டுகளுக்கு மேலான தொடர்ச்சி கொண்ட உலகின் சிறந்த இலக்கியங்களில் ஒன்று. வாழ்வின் பல்வேறு கூறுகளை தமிழ் இலக்கியங்கள் இயம்புகின்றன. தமிழ் இலக்கியத்தில் வெண்பா, குறள், புதுக்கவிதை, கட்டுரை, பழமொழி, தொண்ணூற்றாறு வகை சிற்றிலக்கியங்கள் என பல வடிவங்கள் உள்ளன. தமிழில் வாய்மொழி இலக்கியங்களும் முக்கிய இடம் வகிக்கின்றன.

மு. வரதராசனின் தமிழ் இலக்கியம் என்னும் நூலில் தரப்பட்டிருக்கும் தமிழ் இலக்கிய கால வகைப்பாட்டை அடிப்படையாகக் கொண்ட வகைப்பாடு பின்வருமாறு.

*சங்க இலக்கியம் (கிமு 500 — கிபி 300)

*நீதி இலக்கியம் (கிபி 300 — கிபி 500)

*பக்தி இலக்கியம் (கிபி 700 — கிபி 900)

*காப்பிய இலக்கியம் (கிபி 900 கிபி 1200)

*உரைநூல்கள் (கிபி 1200 — கிபி 1500)

*புராண இலக்கியம் (கிபி 1500 — கிபி 1800)

**மூன்றாம் சங்கம்

*புராணங்கள், தலபுராணங்கள்

*இஸ்லாமிய தமிழ் இலக்கியம்

*பத்தொன்பதாம் நூற்றாண்டு

*கிறிஸ்தவ தமிழ் இலக்கியம்

*புதினம்

*இருபதாம் நூற்றாண்டு

*கட்டுரை, சிறுகதை, புதுக்கவிதை,
ஆராய்ச்சிக் கட்டுரை

*இருபத்தோராம் நூற்றாண்டு

*அறிவியல் தமிழ், கணினித் தமிழ்

முதற்சங்கம், இடைச்சங்கம்:

தொல்பழங்காலத்தில், அக்காலப் பாண்டிய அரசர்களின் ஆதரவில், ஒன்றுக்குப்பின் ஒன்றாக மூன்று தமிழ்ச் சங்கங்கள் தமிழாராய்ந்ததாகவும், அக்காலத்தில் தமிழிலக்கியங்கள் பல இயற்றப்பட்டதாகவும் நம்பப்படுகிறது. முதற்சங்கம், இடைச்சங்கம், கடைச்சங்கம் என அழைக்கப்படும் இச்சங்கங்கள் சார்ந்த இலக்கியங்களில் கடைச்சங்க நூல்கள் மட்டுமே தற்போது கிடைப்பதாகச் சொல்லப்படுகிறது. முன்னிரண்டு சங்கங்களையும் சேர்ந்த நூல்கள், அக்காலங்களில் ஏற்பட்ட கடல்கோள்களின்போது, நாட்டின் பெரும்பகுதியுடன் சேர்ந்து அழிந்து போனதாகக் கருதப்படுகிறது. எனினும்,

முதலிரு சங்கங்கள் இருந்தது பற்றியோ அக்காலத்தில் இலக்கியங்கள் இருந்தது பற்றியோ உறுதியான ஆதாரங்கள் இல்லை.

சங்க இலக்கியம் :

சங்க இலக்கியம் எனப்படுவது தமிழில் பொது ஆண்டுக்கு முற்பட்ட காலப்பகுதியில் எழுதப்பட்ட செவ்வியல் இலக்கியங்கள் ஆகும்.சங்க இலக்கியம் 473 புலவர்களால் எழுதப்பட்ட 2,381 பாடல்களைக் கொண்டுள்ளது. இப்புலவர்களுள் பலதரப்பட்ட தொழில் புரிந்தோரும், பெண்களும் அடங்குவர். அக்காலகட்டத்தில் வாழ்ந்த தமிழர்களின் அன்றாட வாழ்க்கை நிலைமைகளைப் படம்பிடித்துக் காட்டுவதாய்ச் சங்க இலக்கியங்கள் உள்ளன. பண்டைத் தமிழரது காதல்,போர், வீரம், ஆட்சியமைப்பு, வணிகம் போன்ற நடப்புகளைச் சங்க இலக்கியப் பாடல்கள் நமக்கு அறியத் தருகின்றன.

பதினெண்மேற்கணக்கு நூல்கள் என்று வழங்கப்படும் எட்டுத்தொகை, பத்துப்பாட்டு என்ற தொகுப்புகளே சங்க இலக்கிய நூல்கள் ஆகும். இவை மதுரையில் அமைந்த கடைச்சங்கத்தில்

தொகுக்கப்பட்டவையாகக் கருதப்படுகின்றன.

சங்கம் மருவிய காலம் / நீதி நூற்காலம்:

சங்க காலத்திற்கு அடுத்து வந்த காலப்பகுதியில் அறவழி கூறும் நூல்கள் மிகுதியாக வெளிவந்தன. எனவே இக்காலம் நீதிநூற்காலம் எனப்படுகிறது. இந்நூல்களுள் போதிக்கப்படும் நீதி, பெரும்பாலும் சமயச் சார்பற்றவையாகக் கருதப்படுகிறது. நாலடியார் முதற்கொண்டு இந்நிலை / கைநிலை ஈறாக உள்ள பதினெட்டு நூல்கள், பதினெண்கீழ்கணக்கு நூல்கள் என்று வழங்கப்படுகிறது. இவையே நீதி நூல்கள் என்றும் வகைப்படுத்தப்பட்டுள்ளன. உலகப் பொதுமறை என்று போற்றப்படும் திருக்குறள் இத்தொகுப்பினுள் அடக்கம்.

சிலப்பதிகாரம், மணிமேகலை என்னும் இரட்டைக் காப்பியங்கள் இயற்றப்பட்டதும் இக்காலத்தில்தான்.

தற்கால இலக்கியம்:

18 ஆம், 19 ஆம் நூற்றாண்டுக் காலப்பகுதியில் தமிழ்நாட்டில் அரசியல், மதம், கல்வி போன்ற தளங்களில் பல விதமான மாற்றங்கள் இடம்பெற்றன. குன்றக்குடி, திருவாவடுதுறை, திருப்பனந்தாள் போன்ற சைவ மடங்களின் ஆதரவாலும், சில புலவர் பரம்பரையினரின் முயற்சியாலும் தமிழ் இலக்கியச் செல்வங்கள், விழுமியங்கள் அழிவுறுவது காலத்தால் தடுக்கப்பட்டது. அன்னிய ஆட்சியாலும், அவர்களுக்கு முட்டுக் கொடுப்பவர்களாலும், மேற்கத்திய கலாச்சாரத்தின் பாதிப்பாலும், ஆங்கில மொழியின் செல்வாக்காலும் நசிவடைந்து கிடந்தன தமிழ் மொழி, தமிழ் இலக்கியம்; பின்னர் அச்சியந்திரங்களின் வருகையும், நிலையான ஆங்கிலேயர் ஆட்சியும், அதன்பின் ஏற்பட்ட சுதந்திர இந்திய ஆட்சியும் மதச்சுதந்திரமும், கல்வி முறையில் ஏற்பட்ட தோற்ற வளர்ச்சி, நவீன சிந்தனைகளின் உருவாக்கமும் போன்ற காரணிகளால் தமிழ் மொழியும், இலக்கியமும் இக்காலகட்டத்தில் பெரிதும் வளர்ச்சியுற்றன. இக்காலகட்டத்தில் இடம்பெற்ற முக்கிய மாற்றமாகக் குறிப்பிடத்தக்க விடயங்களாவன:

அச்சியந்திரங்களின் வருகையால் ஏடுகளில் மட்டும் இருந்த தமிழ் இலக்கியங்கள் உ. வே. சாமிநாதையர்,

ஆறுமுக நாவலர், சி. வை. தாமோதரம்பிள்ளை போன்றோரின் மீள் கண்டுபிடிப்பாலும், அயராத உழைப்பாலும் அச்சாக வெளிவந்தது.

இலக்கியத்தில் தமிழர் வாழ்வியல்!

பண்டைத் தமிழர் வாழ்க்கை முறை

சமுதாயம் என்பது யாது? ஒழுங்குபட்ட அமைப்புடன் ஒருவரையொருவர் சார்ந்து வாழும் மக்கள் கூட்டமே

சமுதாயம் என்று மனிதவின இயல் (Ethnology) அறிஞர்களால் வரையறுக்கப் படுகிறது. ஆனால் சில மனிதப்புவி இயல் (Anthropogeography) அறிஞர்கள் இது குறுகிய வரையறை எனக்கருதி, ஒரு புவியியல் அமைப்பிலுள்ள இயற்கை வளங்களும், தாவர, விலங்கினங்களும் அடங்கிய கூட்டுச் சேர்க்கையே சமுதாயமென்றும், அந்தச் சூழ்நிலையில் வாழும் மக்கள் அந்தச் சமுதாயத்தின் ஓர் அங்கமே என்றும் கூறுகின்றனர்.

தற்கால அறிஞர்களால் புதுமையாகக் கொள்ளப்படும் இதே கருத்து இரண்டாயிரம் ஆண்டுகட்கும் முற்பட்ட நம் தமிழ் இலக்கண நூலாகிய தொல்காப்பியத்தில் கூறப்பட்டிருக்குமாயின், நம்

மூதாதையரின் அறிவாற்றலையும், ஆராய்ச்சித் திறனையும் என்னென்பது!

தொல்காப்பியர் உலகைப் புவியியல் அமைப்புக்கேற்றவாறு ஐந்து திணைகளாகப் பிரிக்கிறார். அவை குறிஞ்சி, பாலை, முல்லை, மருதம், நெய்தல் என்பனவாகும். இவற்றுள், எடுத்துக்காட்டாக குறிஞ்சி சமுதாயத்தின் வாழ்க்கை அமைப்பை மட்டும் இங்கு விரிவாகக் காணலாம்.

மலைகள் அடங்கிய நிலப்பகுதியும், மலைப்பகுதிகளில் இயற்கையாக அமைந்திருக்கும் பொருள்களும், உயிரினங்களும், அங்கு வாழும் மக்களின் செயல்களும் மொத்தமாகச் சேர்ந்து குறிஞ்சி என்ற சமுதாயத்தை உருவாக்குகின்றன. பொருள்கள், தாவரங்கள், விலங்குகள், மக்கள் ஆகிய அங்கத்தினரின் வாழ்க்கைகள் ஒன்றுடன் ஒன்று சார்ந்து, பின்னிப் பிணைந்து கிடக்கின்றன.

மலைவாழ் மக்கள் மலைப்பகுதிகளில் இயற்கையாகக் கிடைக்கும் பொருள்களைக் கொண்டு தங்கள் வாழ்க்கையை அமைத்துக் கொள்வது இயல்பேயன்றோ? எனவே, அந்நிலத்துக்கே உரித்தான

விலங்குகள், பறவைகள், மரங்கள், மலர்கள், நீர்நிலைகள் என்னென்ன என்று முதலில் காணவேண்டும். பின்னர் இப்பொருள்களினின்றும் அங்கு வாழும் மக்கள் தங்கள் உணவையும் உடையையும் எவ்வாறு பெறுகிறார்கள் என்று காணலாம். அதனால் அவர்கள் என்னென்ன தொழில்கள் செய்பவராதல் வேண்டும் எனவும் விளங்கும். பிறகு அவர்கள் பொழுதுபோக்கு, விளையாட்டு, வழிபாடு இவற்றையும் காணலாம்.

மலைப்பகுதிகளில் காணப்படும் விலங்குகள் புலி, கரடி, யானை, சிங்கம், ஆடு முதலியன. பறவை இனங்களில் முதன்மையானவை மயிலும், கிளியும். குறிஞ்சி, வேங்கை, கடம்பு போன்ற மலர்களும், மூங்கில், சந்தனம், தேக்கு, அசோகம், நாகம் போன்ற மரங்களும் மலைப்புறங்களில் காணப்படுகின்றன. அருவியும், சுனையும் அந்நிலத்தின் நீர்நிலைகள்.

மலைப்பகுதிகளில் மலர்கின்ற குறிஞ்சி மலராலேயே இத்திணைக்கும் அப்பெயர் உண்டாயிற்று. இங்கு வாழும் மக்களும் குறவர், குறத்தி என அழைக்கப் பட்டனர்.

இம் மக்கள் மலை நிலத்தில் வளரும் மலையரிசியையும், தினையையும், வள்ளிக் கிழங்கையும் உண்டு வாழ்ந்தனர். இங்கு மது நிறைந்த மலர்கள் அதிகமாதலால், அவற்றிலிருந்து உருவாகும் தேனையும் எடுத்து உண்டனர். ஆடுகளையும், சில பறவைகளையும் வேட்டையாடி மாமிசம் உண்டனர், மரவுரியும், தழையுடையும் ஆடையாக உடுத்தினர். ஆகவே, இவர்கள் தொழில்கள் வேட்டையாடுதல், தேனெடுத்தல், தினை காத்தல், கிழங்கெடுத்தல் என அறியலாம். வேட்டைக்கு வேல் என்ற ஆயுதத்தைக் கையாண்டனர்.

கொடிய விலங்குகளிடம் அகப்படாமல் மறைந்து வாழ்வதும், அவற்றை ஏமாற்றித் தப்புவதும் இவர்களுக்கு அவசியமாக இருந்திருக்கலாம். இவ்வாழ்க்கை முறைக்குக் களவு முறை என்று பெயர். இங்கு களவு என்பது பிறர் அறியாவண்ணம் செய்யும் செயலாகுமேயன்றி, பிறர் பொருளை அபகரிக்கும் திருட்டு அன்று.

குளிர்காலத்தில் குளிரின் கடுமை மலைப்பகுதிகளிலேயே அதிகமாக இருப்பது தெளிவு. குளிரைப் போக்குவதற்காக குறவரும், குறத்தியரும் வெறியாடல் என்ற ஒரு துடிப்பான நடனம்

ஆடுவதைப் பொழுதுபோக்காகவும் விழாக்கால நிகழ்ச்சியாகவும் கொண்டிருந்தனர். இவர்கள் விழாக்காலங்களில் இசை எழுப்புவதற்குக் கையாண்ட தாள இசைக்கருவி தொண்டகப்பறை எனவும், நாத இசைக்கருவி குறிஞ்சி யாழ் எனவும் அழைக்கப் பட்டன.

பகல் நேரங்களைவிட இரவில் குளிர் அதிகமானதால், வெறியாடல் இரவு நேரங்களில் நடைபெற்றிருக்க வேண்டும். நாளடைவில் இந்நிலத்தின் விழாக்காலம் இரவாக அமைந்தது. இதனால்தான் குறிஞ்சியின் கலாச்சாரத்தை ஏனைய கலாச்சாரங்களிலிருந்து பாகுபடுத்தும் பொருட்டு, அதன் பெரும்பொழுது (season) குளிர்காலமென்றும், சிறுபொழுது (time of day) நள்ளிரவு என்றும் பொருள் இலக்கணம் குறிப்பிடுகிறது.

ஐந்திணை மக்களும் தத்தம் சூழ்நிலைகளில் அமைந்துள்ள இயற்கையின் சக்திகளைக் கண்டு வியந்து போற்றினர். அவர்கள் இயற்கைக்கு அப்பாற்பட்ட (supernatural) சக்தி ஏதும் இருப்பதாக நம்பவில்லை. ஆனால் தங்கள் வாழ்க்கைக்கு அடிப்படையாகத் திகழும் இயற்கைச் செல்வங்களைப்

போற்றித் துதித்தனர். இயற்கையின் ஓர் அங்கமே மக்கள், இயற்கை செலுத்தும் வழியில் இயற்கை நெறிகளினின்றும் பிறழாமல் வாழவே மனிதனால் முடியும் என்ற உண்மைகளை உணர்ந்திருந்தனர். இயற்கையின் சக்திகளைத் தெய்வங்கள் என்று அழைத்தனர்.

மழை, நதி, மேகம், காற்று போன்ற பல இயற்கைச் சக்திகளும் குறிஞ்சி நிலத்திலிருந்து தோன்றி மற்ற நிலப்பகுதிகளுக்குப் பரவுவதால், குறிஞ்சி நிலம் தூய்மையான அழகுடனும் இளமையுடனும் இலங்குவது கண்கூடு. இவ்வழகிய தோற்றத்தைக் கண்டு வியந்த பண்டைத் தமிழ் மக்கள், மலைப்பகுதிகளின் உயிரோட்டத்தை நிலைநிறுத்தும் இயற்கைச் சக்தியை ‘முருகு’ என்றும் ‘சேய்’ என்றும் அழைத்தனர். பிற்காலத்தில் மனிதவுருவ (anthropomorphic) வழிபாடு தோன்றியபின், கொள்கையளவில் இருந்த முருகு என்ற தெய்வம் முருகன் ஆனான்.

இதுகாறும் கூறியவற்றால் குறிஞ்சித் திணையின் தெய்வம், உணவு, விலங்கு, மரம், பறவை, தாள இசைக்கருவி, தொழில், பண் இசைக் கருவி முதலியன தெளிவாயின. இவை அந்நிலத்தின் கருப்பொருள்கள் எனப்படும்.

“தெய்வ முணாவே மாமரம் புட்பறை

செய்தி யாழின் பகுதியொடு தொகைஇ

அவ்வகை பிறவுங் கருவென மொழிப.”

- தொல்காப்பியம், 964

பண்டைத் தமிழ் இலக்கியம் மக்களின் இல்வாழ்க்கையான அகவாழ்வையும், அரசியல் வாழ்க்கையான புறவாழ்வையும் விவரிக்கின்றது. ஒரு நதி எவ்வாறு குறிஞ்சி நிலத்தில் தோன்றி, பின் பாலை, முல்லை, மருதம், நெய்தல் ஆகிய நிலங்களில் ஓடிக் கடலை அடைகிறதோ, அதேபோன்று ஆணும் பெண்ணும் நடத்தும் இல்வாழ்க்கையும் இளமை நிலையில் தொடங்கி, பல நிலைகளைக் கடந்து இறுதியில் துறவு நிலை அடைவதாக உருவகப் படுத்தினார்கள்.

ஆகவே வாழ்க்கை நிலைகளுக்கும் நிலங்களின் பெயர்களையே இட்டனர்.

"ஐந்திணை உடையது அன்புடைக் காமம்"

"குறிஞ்சி பாலை முல்லை மருதம்

நெய்தல் ஐந்திணைக்கு எய்திய பெயரே"

- நம்பி அகப்பொருள், 4, 6.

இல்வாழ்வின் முதல் நிலை அழகும் இளமையும் வாய்ந்த தலைவனும் தலைவியும் ஒருவரையொருவர் கண்டு விரும்புவதாகும். இது பிறர் அறியாவண்ணம் செய்யும் செயலாதலால் இந்நிலை களவு நிலை எனப்படும். இது குறிஞ்சி நிலத்தில் நடைபெறுவதாகக் கூறுவது இலக்கிய மரபு.

தலைவன் வேட்டைக்குச் செல்லும்போது அருவியில் நீராடிவிட்டுக் கூந்தலை உலர்த்திக்கொண்டிருக்கும் தலைவியைத் தற்செயலாகக் காண்கிறான். கண்டதும் இவள் வானுலகப் பெண்ணோ, அழகிய மயிலோ, அன்றி மானிடப் பெண்தானோ

என மயங்குகிறான்.

“அணங்குகொல் ஆய்மயில் கொல்லோ கனங்குழை

மாதர்கொல் மாலுமென் நெஞ்சு”

- திருக்குறள், 1081

மயில் குறிஞ்சி நிலப் பறவை என்பதை நோக்குக.

பிறகு இருவரும் ஒருவரையொருவர் மீண்டும் காண விழைகின்றனர். முதலில் சந்தித்த இடத்துக்குத் தலைவன் வரமாட்டானா என்று தலைவியும், தலைவி வரமாட்டாளா என்று தலைவனும் ஏங்குகிறார்கள். வேட்கை மிகவே, வந்தால் காணலாமே என்ற நம்பிக்கையுடன் தலைவன் மறுநாள் அங்கு செல்கிறான். அதே நம்பிக்கையுடன் தலைவி ஏற்கெனவே அங்கு வந்து ஏதுமறியாதவள் போல் நின்றுகொண்டிருக்கிறாள். இதனால், ஒவ்வொருவர் உள்ளத்திலும் உள்ள களவு எண்ணங்கள் மற்றவருக்கு வெளியாகின்றன. இதற்கு

இடந்தலைப்பாடு என்று பெயர்.

அன்பு மேலீட்டால் தலைவன் தலைவிக்கு ஒரு தழை உடை அளிக்கிறான். அதை உடுத்தினால் தன் களவு தாய்க்குத் தெரிந்து விடுமே என தலைவி அஞ்சுகிறாள். தலைவனிடம் திருப்பிக் கொடுத்தாலோ, தலைவன் தனக்கு அவன் மீது அன்பில்லாததாக நினைக்கக் கூடுமே என அஞ்சுகிறாள். என் செய்வாள் பேதை!

"குன்றநாடன்

உடுக்கும் தழைதந் தன்னே யவையா

முடுப்பின் யாயஞ் சுதுமே கொடுப்பிற்

கேளுடைக் கேடஞ் சுதுமே"

- நற்றிணை, 359

தலைவனைத் தான் விரும்பிய போதெல்லாம் சந்திக்க முடியாமல் தலைவி வருந்துவதால் அவள் உடல்

மெலிவடைகிறது. அதைக் கண்ட தலைவியின் தாய்மார் உண்மையான காரணத்தை அறியாமல் தலைவியின் மெலிவு முருகனால் வந்தது என்றெண்ணி முருகனுக்குப் பூசை நடத்துகின்றனர். இந்தப் பூசை நடத்தும் பூசாரி வேலைக் கையிலேந்தி ஆவேசத்துடன் ஆடுவான். இதற்கும் வெறியாடல் என்று பெயர்.

தலைவனும் தலைவியும் ஒருவரையொருவர் விரும்புதல் இயற்கையின் விதிகளால் நடப்பதால், அது அறத்தின் வழிப்பட்ட செயலேயாகும். இக்களவு தானே வெளிப்படுமுன் உரிய முறைலில் பெரியோருக்கு வெளிப்படுத்துதல் அவசியமாகிறது. இருவருக்கும் தீங்கோ இழுக்கோ ஏற்படாமலும், அவர்தம் நிலை தாழ்ந்திடாமலும் உரிய சொற்களால் எடுத்துரைத்தலில் தலைவியின் தோழி முக்கியப் பங்கு வகிக்கிறாள். பிறகு பெரியோர் தலைவனுக்கும் தலைவிக்கும் திருமணம் செய்து வைக்கின்றனர். இது அறத்தொடு நிற்றல் எனப்படும்.

தலைவனும் தலைவியும் திருமணம் செய்து அதற்குப் பின் வாழ்கின்ற வாழ்க்கைக்குக் கற்பு என்று பெயர். களவின் வழி வந்த கற்பு சிலருக்குத்தான் அமைகிறது. எல்லோருக்கும் களவு அமைவதில்லை.

களவு இல்லாமல் பெரியோர் சேர்த்து வைத்ததால் நிகழும் இல்லற வாழ்க்கைக்குக் களவின் வழி வாராக் கற்பு என்று பெயர்.

“களவின் வழிவந்த கற்பும் பொற்பமை

களவின்வழி வாராக் கற்புமென் றாங்கு

முற்படக் கிளந்த கற்பிரு வகைத்தே”

- நம்பியகப்பொருள், 55.

ஒவ்வொருவருக்கும் இல்லற வாழ்க்கை உண்டாவதற்கு இரண்டு சாத்தியக்கூறுகள் உள்ளன. ஒன்று, முதலில் காதல் நேர்ந்து பிறகு அது இல்லற வாழ்க்கையாக மாறுதல். மற்றொன்று, காதல் ஏற்படாமல் பெரியோர் இணைத்து வைக்கும் வாழ்க்கை. இந்த இரு சாத்தியக்கூறுகளையும் (possibilities) வள்ளி, தெய்வானை என்ற இரு தெய்வங்களால் நம் முன்னோர் குறித்தனர் போலும்.

பண்டைத் தமிழர் வாழ்க்கை முறையைப் பற்றிய செய்திகளையும், கருத்துக்களையும் மேலும் படித்து இன்புற விரும்புவோர் கீழ்க்கண்ட நூல்களைப் படிக்கலாம்

சங்க காலத் தமிழரின் வாழ்க்கை முறை

தமிழகத்து வரலாற்றுக்குட்பட்ட காலம் சங்க காலம் ஆகும். இக்காலத்தில் தமிழரின் நாகரிகம் முழு வளர்ச்சியுற்றிருந்தது. மூன்று பேரரசுகள் சங்க காலத்தில் அமைந்திருந்ததைச் சங்க இலக்கியங்கள் மூலம் அறிந்து கொள்ள முடிகிறது. இம்மூன்று பேரரசுகளை ஆண்ட மன்னர்கள் தங்கள் நாட்டிற்கு நன்மையைச் செய்து மேன்மையடையச் செய்தனர். ஒவ்வோர் மன்னர்க்கும் இடையே ஆதிக்கப்போட்டி நடைபெற்று வந்தாலும் நாட்டின் நலனில் அக்கறை கொண்டிருந்தனர். இச்சங்க காலத்தின் அரசியலில் மக்களின் பங்கும் அவசியமாகிறது. எனவே அக்கால மக்களின் வாழ்க்கை முறையைப் பற்றித் தெரிந்து கொள்வது மிகவும் முக்கியமான ஒன்றாகிறது.

சங்க காலத்தில் நாடானது நிலத்தின் தன்மைக்கு ஏற்றவாறு பிரிக்கப்பட்டு அந்நிலத்தின் வழியே மக்களும் தங்களது வாழ்க்கை முறையைக் கொண்டிருந்தனர். குறிப்பாகக் காடும் காட்டைச் சார்ந்த இடத்தை முல்லை என்றும், மலையும், மலையைச் சார்ந்த இடத்தை குறிஞ்சி என்றும், வயலும் வயலைச் சார்ந்த இடத்தை மருதம் என்றும், கடலும் கடல் சார்ந்த பகுதியை நெய்தல் என்றும் பிரித்து அவ்வந்நிலத்தை ஒட்டியே வாழ்ந்து வந்தனர்.

இவ்வாறு நிலத்தை ஒட்டிவாழ்ந்த சங்க கால மக்கள் மொழிக்கு மட்டும் இலக்கணம் வகுத்துக் கொள்ளாமல் அவர்களுடைய வாழ்க்கை முறைக்கும் இலக்கணம் வகுத்துக் கொண்டு வாழ்ந்த பெருமைக்குரியவர் ஆவர்.

இல்லறம்

முல்லை, குறிஞ்சி, மருதம், நெய்தல் ஆகிய நான்கு நிலங்களில் வாழ்ந்த மக்கள் உழைத்துப் பொருள் ஈட்டுவர், காதலிப்பர், மணமுடிப்பர், இல்லற வாழ்வில் இருந்து இன்பமுறுவர்.

அக்காலத்தில் இல்லற வாழ்க்கையைப் பெரிதும் போற்றினர்.

இல்லறம் அல்லது நல்லறம் அன்று என்று கொன்றைவேந்தனில் ஔவையார் குறிப்பிடுவது போல் இல்லறத்தில் சிறந்து இருந்தனர்.

இல்லறத்தைச் சங்க காலத்தில் அகம் எனக் கொண்டிருந்தனர். இதற்குச் சங்க இலக்கியங்களான நற்றிணை, குறுந்தொகை, ஐங்குறுநூறு, கலித்தொகை, அகநானூறு ஆகிய அகப்பொருளைப் பாடும் இலக்கியங்கள் சான்றாக அமைகின்றன.

களவு, கற்பு எனத் தம் வாழ்க்கைக்கு இலக்கணம் வகுத்துக் கொண்டு வாழ்ந்தவர்கள் சங்க காலத் தமிழர்கள் ஆவர். தாமாகக் கூடுவது களவு வாழ்க்கை என்றும், பெரியோர்களால் கூட்டப்பட்ட வாழ்க்கை கற்பு வாழ்க்கை என்றும் கொண்டிருந்தனர். மேலும் மடல் ஏறுதல் என்ற ஒன்றினையும் பின்பற்றினர். ஒருவன் தான் காதலித்த பெண்ணை மணக்க வாய்க்காதபோது மடல் ஏறுவது வழக்கமாகும். பனங்கருக்கினால் குதிரை ஒன்று செய்து அதன்மேல் அவன் ஏறி அமர்ந்து தன் காதலியின் வடிவம் தீட்டிய

கொடி ஒன்றைத் தன் கையில் ஏந்தித் தெருத்தெருவாகச் செல்வான். அக்குதிரையை ஊர்ச் சிறுவர்கள் இழுத்துச் செல்வர். இதனையே மடல் ஏறுதல் என்பர்.

உணவு

அரிசிச் சோற்றையே பண்டைய தமிழர் தம் சிறப்பு உணவாகக் கொண்டனர்.

இருங்காழ் உலக்கை இரும்பு முகம் தேய்த்த

அவைப்பு மாண் அரிசி அமலை வெண் சோறு (சிறுபாணாற்றுப்படை :193-194)

வரகு, சாமை ஆகியவற்றைச் சமைத்து உண்டார்கள். நெல்லில் பலவகை தமிழகத்தில் விளைந்தது. சங்க கால மக்கள் உணவில் மிளகு, கடுகு, உப்பு, புளி, வெண்ணெய், கருவேப்பிலை போன்றவைகளைச் சேர்த்துக் கொண்டார்கள். நுங்கு, இளநீர், பலாப்பழம், வாழைப்பழம், மாம்பழம்

போன்றவைகளையும் உண்டார்கள். கொள்ளுப் பருப்பு, பயிற்றம் பருப்புகளையும் உணவில் சேர்த்துக் கொண்டார்கள்.

பண்டைத் தமிழகத்தில் ஊன் உண்ணும் பழக்கம் பரவலாக இருந்தது. ஊனுக்காக ஆடு, மான், முயல், மீன், நண்டு, கோழி, உடும்பு முதலியவைகளை உண்டார்கள்.

கள்ளுண்ணும் வழக்கம் பழந்தமிழகத்தில் மிகவும் விரிவாகக் காணப்பட்டது. குறிப்பாக, மன்னர், பாணர், புலவர், கூத்தர், பொருநர், விறலியர் அனைவருமே கள்ளினை உண்டு களித்தனர். இயற்கையாகக் கிடைத்த பனங்கள், தென்னங்கள், ஈச்சங்கள் ஆகியவற்றையும், யவனர்களால் கப்பலில் கொண்டு வரப்பட்ட தேறலையும் (தேறல் - தெளிந்த மது), காய்ச்சி இறக்கிய மதுவையும் உண்டனர். யவனர் இரட்டைப்பிடிச் சாடிகளில் மரக்கலம் வழியே கொண்டு வந்த மதுவை உண்டதற்கான சான்றுகள் அரிக்கமேட்டுப் புதைகுழிகளில் காணப்பட்டன.

குலம்

தமிழகத்தில் சங்க காலத்திலேயே பல குலங்கள் மக்கள் செய்துவந்த தொழிலுக்கு ஏற்பத் தோன்றியிருந்தன. இடையர், உழவர், எயினர், கம்மியர், குயவர், குறவர், கூத்தர், கொல்லர், தச்சர், பரதவர், வணிகர், வேடுவர் எனப் பல குலங்கள் தோன்றியிருந்தன. இவர்களுக்குள் திருமணம் செய்து கொள்வதில் தடை ஏதும் இல்லாமல் இருந்து வந்தது என்பர். ஒவ்வொரு குலமும் தமிழகத்தில் விலக்க முடியாத ஓர் உறுப்பாகவே செயல்பட்டு வந்தது.

கல்வி

சங்க காலத் தமிழர் கல்வியின் சிறப்பை நன்கு உணர்ந்திருந்தனர். கல்வி எல்லோருக்கும் பொதுவான ஒன்றாக இருந்தது. கல்வி கற்பவன் மன்னனாகவும் இருக்கலாம் அல்லது எளிய குடியில் பிறந்தவனாகவும் இருக்கலாம். எந்த ஒரு கட்டுப்பாடும் அக்காலத்தில் காணப்படவில்லை. எக்குலத்தவரும் கல்வி பயிலலாம். ஒவ்வோர் ஊரிலும் கல்வி கற்பிக்கும் கணக்காயர் என்பவர்கள் இருந்தனர். ஊர்தோறும் கல்வி கற்பிக்கும் கணக்காயர் இருக்க வேண்டிய இன்றியமையாமையைத் திரிகடுகம்பின்வருமாறு குறிப்பிடுகிறது.

கணக்காயர் இல்லாத ஊரும்

நன்மை பயத்தல் இல் (திரிகடுகம், 10)

(கல்வி கற்பிக்கும் ஆசிரியர் இல்லாத ஊரில் இருத்தல் ஒருவனுக்கு எவ்வித நன்மையும் தருவது இல்லை. கணக்காயர்-ஆசிரியர்; பயத்தல்-தருதல்; இல்-இல்லை).

கல்வி பயிற்றுவிக்கப்படும் இடம் பள்ளி எனப்பட்டது. பெரும்பாலும் திண்ணைகளிலேயே பள்ளிகள் நடைபெற்று வந்தன. கல்வி பயிலும்போது மாணவர்கள் ஓலையின் மேல் எழுத்தாணி கொண்டு எழுதினர்.

மாணவர்கள் கல்வி பயிலும்போது இரந்துண்ணும் பழக்கம் அக்காலத்தில் இருந்தது என அறிகின்றோம்.

இரந்தூண் நிரம்பா மேனியொடு (குறுந்தொகை,33:3)

(இரந்து பெறும் உணவினால் நன்கு வளராத மேனியோடு. மேனி-உடம்பு.)

மாணவர்கள் ஆசிரியர்களுக்குப் பொருள் கொடுத்தும் தொண்டுகள் புரிந்தும் பயின்றனர். அக்காலத்தில் கபிலர், பரணர், நக்கீரர் போன்ற பெரும்புலவர் பலர் வாழ்ந்து வந்தனர். மாணவர்கள் தொல்காப்பியம், காக்கைபாடினியம் ஆகிய இலக்கண நூல்களைப் பயின்றதாகத் தெரிகிறது. ஏரம்பம் என்ற ஒரு கணித நூல் பழந்தமிழகத்தில் வழங்கி வந்தது. அதனை மாணாக்கர் பயின்றனர். இவ்வாறாகக் கல்வி நல்ல நிலையில் இருந்து வந்தது.

கலை

பண்டைய காலத்தில் கலைகளில் ஓவியம், இசை, கூத்து, நாடகம் ஆகியவை மிக உயர்ந்த நிலையை எட்டியிருந்ததாகத் தெரிகிறது. ஓவியத்திற்கு என்று ஒரு நூல் வழக்கில் இருந்ததாகவும் கூறுவர். சுவர்களின் மேல் வண்ண ஓவியங்கள் தீட்டியிருந்தனர். எளிதில் அழிந்து போகக் கூடிய வண்ணங்களை ஓவியர்கள் பயன்படுத்தியிருந்தனர்.

இசை, நாடகம், நாட்டியம், கூத்து ஆகிய கலைகளின் வளர்ச்சியைப் பற்றிய விளக்கங்களை சிலப்பதிகார அரங்கேற்று காதையில் விரிவாகக் காணலாம். ஆண்களும், பெண்களும் கூத்திலும், இசையிலும் மேம்பட்டிருந்தனர். மன்னன் முன்பு தம் கலையாற்றலைக் காட்டிப் பெரும் பரிசில்களைப் பெற்று வந்தனர் பழந்தமிழ் மக்கள். கரிகால் சோழனின் மகள் ஆதிமந்தியின் கணவன் ஆட்டனத்தி என்பான் நடனத்தில் ஈடு இணையற்று விளங்கினான்.

நாட்டியம், கூத்து ஆகிய கலைகளைப் பற்றிய பல விரிவான நூல்கள் அக்காலத்தில் தமிழில் இருந்தன. அவை அனைத்தும் காலப்போக்கில் அழிந்து விட்டன.

அரங்கின் முன்பு மூன்று வகையான திரைகள் தொங்கவிடப்பட்டன. திரையை எழினி என்று குறிப்பிட்டனர்.

கூத்தில் பதினொரு வகை இருந்ததாகத் தெரிகிறது. அவையாவன: கடையம், மரக்கால், குடை, துடி, அல்லியம், மல், குடம், பேடு, பாவை, கொடுகொட்டி, பாண்டரங்கம் என்பன.

இவ்வாறாகச் சங்க காலத்தில் கலை நன்கு வளர்ச்சியுற்றிருந்தது.

விளையாட்டு

குழந்தைகள் தெருக்களில் மணல் வீடு கட்டி விளையாடினர். தேர் உருட்டி விளையாடினர். இளைஞர்கள் ஏறு தழுவி விளையாடினர். பெண்கள் மணற்பாவை வனைந்து விளையாடினர்; கழங்குகளைக் கொண்டு அம்மானை ஆடி வந்தனர்; ஊஞ்சல் கட்டி ஆடியும் வந்தனர்.

சங்க காலப் பொருளாதாரம்

நாடு வளம் பெற்று இருக்க வேண்டும் என்றால் அந்நாட்டின் பொருளாதாரம் செழிப்பாக இருத்தல் அவசியம் ஆகிறது. நாடு வளம் பெறுவதற்குப் பல விதமான தொழில்கள் சிறப்புடன் நடைபெறுதல் அவசியம். சங்க காலத்தில் விவசாயம் மிக முக்கியத் தொழிலாக விளங்கியது. இதனுடன் நெசவுத்தொழில், கால்நடை வளர்த்தல், மட்பாண்டத் தொழில், மீன் பிடித்தல், தோல் வேலை, முத்துக் குளித்தல், உள்நாட்டு வாணிபம், அயல்நாட்டு வாணிபம் போன்ற

தொழில்களும் சிறப்புற்று விளங்கின.

விவசாயம்

சங்க காலத்தில் விவசாயம் மக்களின் முக்கியத் தொழிலாக இருந்தது.இத்தொழில் நாட்டின் பொருளாதாரத்திற்கு முதுகெலும்பாக இருந்தது. இதனைக் கண்ட புலவர்கள் விவசாயத்தின் பெருமையினை எடுத்துக் கூறியுள்ளனர். அக்காலத்தில் பசிப்பிணியைப் போக்குவதற்குக் காரணமான விவசாயம் பெருமைக்குரிய தொழிலாகவும் எண்ணப்பட்டது. விவசாயம் செய்யப்பட்ட தானியங்களில் நெல் முக்கிய இடத்தை வகித்தது. காலம் செல்லச் செல்ல நெற்பயிர் விளைவித்தோருக்குச் சமுதாயத்தில் மதிப்புக் கூடியது. வரகு, தினை ஆகியவை நெல்லுக்கு அடுத்த இடத்தை வகித்தன. கானம், உளுந்து, சாமை, அவரை, மொச்சை, பயறு, கரும்பு ஆகியவைகளும் பயிரிடப்பட்டன. இவைகளோடு பருத்தியும், பலவகைப்பட்ட மூலிகைகளும் விவசாயம் செய்யப்பட்டன. இஞ்சி, மிளகு, தென்னை, கமுகு, புளி, மா, பலா, வாழை போன்றவைகளும் பயிரிடப்பட்டன.

மருத நிலம் நீர் வளம் பெற்றிருந்ததால் அங்கு விவசாயம் மிகுதியாக நடைபெற்றது. ஏனெனில் ஆறுகள் ஓடுவதாலும், நீர் நிலைகள், குளம், ஏரி போன்றவைகள் இருப்பதாலும் இப்பகுதியை மருத நிலம் என்றனர்.

காவிரி ஆறு வளப்படுத்திய பகுதியில் நடைபெற்ற விவசாயத்தைப் பற்றிப் பல சங்க பாடல்கள் கூறுகின்றன. கரிகால் சோழன் காடுகளை அழித்து அவற்றை விளை நிலமாக மாற்றினான். விவசாயம் செழிப்பாக நடைபெற்று வந்ததால் நாட்டின் பொருளாதாரம் சற்று ஓங்கியே காணப்பட்டது.

கால்நடை வளர்த்தல்

விவசாய நிலங்களை உழுது சமன் செய்வதற்குக் காளைகளும் எருதுகளும் தேவைப்பட்டன. பாலையும் பாலால் செய்யப்பட்ட உணவுப் பண்டங்களையும் சங்க கால மக்கள் அன்றாட உணவாக உட்கொண்டனர். ஆடு மாடுகளை மேய்த்துப் பின்பு அவற்றை விற்பனை செய்தனர். தயிர், மோர், நெய் போன்றவற்றைத் தயாரித்தனர். இடையர்கள் இத்தொழிலை மேற்கொண்டனர். கிராமப்புறங்களில்

பொருளாதார நிலை இடையர்களால் வளர்ச்சியடைந்திருந்தது என்று கூறலாம்.

நெசவுத் தொழில்

சங்க காலத்தில் பருத்தி, பட்டு ஆகியவற்றால் ஆடைகள் நெய்தனர்.உயர்ந்த துணிகளைச் சங்க காலத்தில் தயாரித்ததாகச் சங்க நூல்கள் கூறுகின்றன. பெரிபுளூஸ் என்ற நூல் ஆசிரியர் தமிழகத்தின் துணிகளைப் பற்றிக் குறிப்பிட்டு இருக்கிறார். பட்டாடையின் மேன்மை பற்றிப் பொருநராற்றுப்படை கூறுகின்றது. பருத்தி நூல் நூற்பதில் மக்கள் திறமை பெற்றிருந்தனர். நூல் நூற்ற பெண்கள் பருத்திப் பெண்டிர் என அழைக்கப்பட்டனர். ஆடைகளைத் தைப்பதற்கும் அவர்கள் அறிந்திருந்தனர். கலிங்கம் என்னும் துணி வகை கலிங்க நாட்டிலிருந்து இறக்குமதி செய்யப்பட்டது. சங்க காலத்தில் துணிகளின் மூலம் பொருளாதாரமும் உயர்ந்தது.

மட்பாண்டத் தொழில்

மட்பாண்டத் தொழில் வளர்ச்சியடைந்திருந்தது. ஒவ்வொரு

கிராமத்திலும் தனிப்பட்ட இடங்களில் குயவர் குடியிருப்புகள் இருந்தன. குயவர்கள் குடம், பானை, குவளை ஆகியவற்றைத் தயாரித்து, காளவாய்களில் சுட்டு எடுத்தனர்.

மீன் பிடித்தல்

பரதவர் என்னும் குலத்தார் மீன் பிடிக்கும் தொழிலை மேற் கொண்டனர். கட்டு மரங்களிலும், படகுகளிலும் அவர்கள் கடலுக்குள் சென்று மீன் பிடித்தனர். பரதவப் பெண்கள் ஆண்கள் பிடித்து வந்த மீன்களைத் தலையில் சுமந்து கடைவீதிக்குக் கொண்டு சென்று அவைகளைப் பண்டமாற்று முறைப்படி விற்றனர். இதனால் மீன்பிடிக்கும் தொழிலாலும் பொருளாதாரம் மேன்மை அடைந்தது எனலாம்.

தோல் வேலை

தோல் பொருட்கள் செய்யும் தொழிலும் மக்களின் பொருளாதார வளர்ச்சிக்குத் துணை நின்றது. தோலாலும், மரத்தாலும் கால் அணிகள் செய்து கொண்டனர்.

முத்துக் குளித்தல்

முத்துக் குளிக்கும் தொழில் மூலமாகத் தமிழ் நாட்டின் வாணிபமும் பொருளாதாரமும் வளர்ந்தன. தமிழ் நாட்டு முத்துக்கள் ரோமப் பேரரசிற்கு ஏற்றுமதி செய்யப்பட்டன.

உள்நாட்டு வாணிபம்

உள்நாட்டு வாணிபத்திற்குப் பண்டமாற்று முறை பயன்படுத்தப்பட்டது. நெல்லுக்குப் பதில் உப்பு விற்கப்பட்டது. மோரும், நெய்யும் நெல்லுக்கு மாற்றப்பட்டன. தேனும், கிழங்கும் விற்று மீனும், கள்ளும் பெற்றுக் கொண்டனர். நெய்தல் நிலத்துப் பரதவர் உப்புடன் மருத நிலத்திற்குச் சென்று நெல் பெற்றுக் கொள்வர். குறிஞ்சி நிலத்துத் தேனும் கிழங்கும், நெய்தல் நிலத்து மீனுக்ும் கள்ளுக்கும் விற்கப்பட்டன. இவ்வாறான பண்டமாற்று முறையால் உள்நாட்டுப் பொருளாதாரம் தாராளமாக இருந்தது.

அயல் நாட்டு வாணிபம்

அயல் நாட்டு வாணிபத்திற்குத் தங்க நாணயம் பயன்படுத்தப்பட்டது. இறக்குமதியை விட ஏற்றுமதி அதிகமாக இருந்ததால் தமிழகத்திற்குச் சாதகமான வாணிபம் நிலவியது. புகார் முக்கியத் துறைமுகப்பட்டினமாகச் சங்க காலத்தில் விளங்கியது. ரோமாபுரியுடன் வாணிபத் தொடர்பு கொண்டிருந்த காரணத்தினால் தமிழகத்திற்குப் பெரும் செல்வம் கிடைக்கப் பெற்றது. இதன் காரணமாகச் சங்க காலத்தில் பொருளாதாரம் வளம் பெற்றது. ரோமாபுரி வாணிகர்கள் அரேபியாவின் தென் பகுதியிலுள்ள துறைமுகங்களைப் பயன்படுத்தித் தமிழகத்துடன் நீண்ட நாள் வாணிபத்தில் ஈடுபட்டனர். இதற்குச் சான்று ரோமாபுரி நாணயங்கள் தமிழகத்தில் கிடைக்கப் பெற்றதேயாகும்.

எகிப்தியர், பினீசியர், கிரேக்கர் ஆகியோரும் வாணிபத் தொடர்பு மேற்கொண்டிருந்தனர். மேலும் சீனா, மலேயா, சுமத்திரா போன்ற நாடுகளும் தமிழகத்துடன் வாணிபத் தொடர்பில் இருந்தன. மிளகு, இலவங்கம் போன்ற பொருள்கள் தமிழகத்தின் ஏற்றுமதியில் முதலிடம் பெற்றிருந்தன என்பதனை முந்தைய பாடங்களில் படித்து அறிந்தோம். ஆடை வகைகள், வாசனைத் திரவியங்கள், தந்தம், அரிய வகை மரங்கள், உயர்வகைக் கற்கள், மருந்து

முதலியனவும் ஏற்றுமதி செய்யப்பட்ட பொருள்களாகும். கண்ணாடி, உலோகப் பாத்திரங்கள், துணி வகைகள், மதுபானங்கள் போன்ற பொருள்கள் இறக்குமதி செய்யப்பட்டன. பொதுவாக அயல்நாட்டு வாணிபத்தால் பொருளாதாரம் நிறைவு பெற்று இருந்தது.

சங்க கால ஆட்சி முறை

பொதுவாகச் சங்க காலத்தில் நற்குணங்கள் நிறைந்த மன்னர்கள் ஆட்சி புரிந்து வந்தனர். ஒரு சிலர் கொடுங்கோலாட்சியும் செய்து வந்தனர். மன்னர்கள் மக்களின் நல்வாழ்விற்காக அரும்பாடுபட்டனர் என்பதும் புரிகிறது. ஒற்றர்கள் வாயிலாக மக்கள் நிலையை மன்னர்கள் அறிந்து அதற்கு ஏற்றவாறு பணியாற்றி வந்தனர். சங்க காலத்தில் ஊராட்சி, நகராட்சி என்ற அமைப்புகள் இருந்தன.

ஊராட்சி

ஊராட்சி பற்றித் தெரிந்து கொள்வது அவசியமாகிறது. சோழப் பேரரசு காலத்தில் ஊராட்சி ஓங்கி வளர்ந்து

இருந்தது. ஊர்களில் சிற்றூர், பேரூர், மூதூர் எனப் பலவகை ஊர்கள் இருந்தன. இவ்வூர்களில் ஆட்சி எவ்வாறு நடைபெற்று வந்தது என்பதைக் காண்போம்.

ஊரின் நடுவில் மக்கள் கூடிப் பேசுவது வழக்கமாக இருந்து வந்தது. இவ்வாறு கூடின கூட்டத்திற்கு மன்றம், பொதியில், அம்பலம், அவைஎன்னும் பெயர்கள் இருந்ததாகப் பழங்காலத்து இலக்கியங்கள் வாயிலாக அறியமுடிகிறது. மன்றம் என்பது ஊர் நடுவிலுள்ள மக்கள் கூடிய இடம் எனவும், அம்பலம், பொதியில் என்னும் இரண்டும் சிறுமாளிகையைக் குறிப்பிடுகின்றன என்றும் அதன் நடுவில் ஒரு பீடம் இருந்ததாகவும் கருதுகின்றனர்.

பொதியில் சாணத்தால் மெழுகப்பட்டிருந்தது எனப் பட்டினப்பாலை கூறுகிறது.

அந்தி மாட்டிய நந்தா விளக்கின்

மலர் அணி மெழுக்கம் ஏறிப் பலர் தொழ

வம்பலர் சேக்கும் கந்துடைப் பொதியில்
(பட்டினப்பாலை: 247-249)

(அந்தி-இருள் சூழும் மாலை நேரம்;
மாட்டிய- கொளுத்திய; நந்தா விளக்கு-
அணையாத விளக்கு; வம்பலர்-
புதியவர்கள்; கந்து-தூண்).

சில ஊர்களில் பெரிய மரத்தடியில் மன்றம் கூடியது. குறிப்பாக, வேப்ப மரத்தடியில் இது அமைந்திருந்தது எனப் புறநானூற்றுப் பாடல்கள் மூலம் அறிகிறோம்.

மன்ற வேம்பின் ஒண் பூ உறைப்ப
(புறநானூறு, 371:7)

இம்மன்றத்தில் முதியோர்கள் கூடினர். அக்கூட்டத்தில் மக்களிடையே நிகழ்ந்த வழக்குகளைத் தீர்க்கும் பணி நடைபெற்று வந்தது. சில சமயங்களில் ஊர்ப் பொதுக்காரியங்களையும், சமூக நலத் திட்டங்களையும் மன்றத்தார் பொறுப்பேற்று நடத்தி வந்தனர்.

நகராட்சி

சங்க காலத் தமிழகத்தில் சில நகராங்கள் இருந்தன. ஊர்களில் சிற்றூர், பேரூர், மூதூர் என இருந்தமை போல் நகராங்களில் பட்டினம், பாக்கம் எனச் சில இருந்தன. இவற்றில் பட்டினம் என்பது கடலோரத்தில் இருந்த நகரத்தைக் குறித்தது. பாக்கம் என்பது பட்டினத்தின் ஒரு பகுதியானது எனலாம்.

சங்க காலத்தில் வளர்ச்சி பெற்றிருந்த நகராங்களுள் சிறந்தவை புகார்(காவிரிப்பூம்பட்டினம்) கொற்கை, மதுரை, வஞ்சி அல்லது கரூர், முசிறி, காஞ்சி முதலியவை.

நகராங்கள் வணிகத்தினாலும், தொழில் சிறப்பினாலும் வளமுற்றிருந்தன. குறிப்பாக, மதுரையும் காவிரிப்பூம்பட்டினமும் சிறப்புற்று வளர்ந்திருந்தன.

இரவு நேரங்களில் நகராங்கள் பாதுகாக்கப்பட்டன. ஊர்க்காவலர் என்பவர்கள் பாதுகாவலுக்கு அமர்த்தப்பட்டிருந்தனர்.

வருவாய்

நிதியின்றி நிருவாகத்தை நடத்த முடியாது. ஆதலால் நாட்டிற்கான வருமானம் பல வழிகளில் திரட்டப்பட்டது. நிலவரி அரசின் முக்கிய வருவாய் ஆகும். விளைச்சலில் ஆறில் ஒரு பாகம் அரசுக்கு வரியாக வசூலிக்கப்பட்டது. இவ்வருவாய்களுடன் சிற்றரசர்கள் செலுத்திய திறையும் அரசாங்கத்தின் வருவாயில் முக்கிய இடம் வகித்தது. மன்னன் போர் புரிந்து ஒரு நாட்டை வென்றால் பெரும்பாலும் அந்நாட்டிலிருந்து செல்வங்களைக் கைப்பற்றுவது வழக்கம். இதுபோன்று கைப்பற்றப்பட்ட செல்வங்களும் அரசிற்கு வருவாய் ஆகும். குற்றம் புரிந்தோரிடமிருந்து அபராதம் வசூலிக்கப்பட்டது. பொருள்களை ஓர் இடத்திலிருந்து மற்றொரு இடத்திற்கு எடுத்துச் செல்லும்போது வரி வசூலிக்கப்பட்டது. இது போன்ற வரிகளை மக்கள் பொருளாகவோ அல்லது பணமாகவோ அரசுக்குச் செலுத்தலாம்.

வரி வசூலிப்பதற்கு என்று தனி அதிகாரிகள் நியமிக்கப்பட்டிருந்தனர். வாரியத்தில் வரி வசூலித்த அதிகாரி வாரியர் என்று அழைக்கப்பட்டார். வரி

பற்றிய கணக்குகளைப் பராமரித்தவர் ஆயக் கணக்கர் எனப்பட்டார். வரிவசூலிப்பது போல் வரிவிலக்கும் சங்க கால அரசியலில் இருந்ததாகத் தெரிகிறது. கோயில் கட்டுதல், நீர்ப்பாசனத்திற்காகக் கால்வாய்கள் மற்றும் குளங்கள் வெட்டுதல், பிற பொதுப்பணிகள் வழங்குதல் போன்ற செலவுகளுக்கு அரசின் வருவாயிலிருந்து செலவு செய்தனர்.

நாணயங்கள்

அரசாங்கத்தால் நாணயங்கள் அச்சிடப்பட்டுப் பயன்படுத்தப்பட்டன. நாணயங்கள் தயாரிப்பதற்கு என்று பொற்கொல்லர்கள் நியமிக்கப்பட்டிருந்தனர். ஒவ்வொரு அரசரும் ஒரு அடையாளத்தை அவர்கள் நாட்டு நாணயத்தில் பொறித்துக் கொண்டனர். இதற்குச் சான்றாகச் சேர நாட்டு நாணயத்தில் வில்லும், சோழ நாட்டு நாணயத்தில் புலியும், பாண்டிய நாட்டு நாணயத்தில் மீனும் பொறிக்கப்பட்டிருந்தன.

பொன் என்பது தங்க நாணயமாகும். தாமரை மொட்டுப் போன்ற நாணயம் காசு என்று கூறப்பட்டது.

சங்க கால அரசியல்

சங்க காலத் தமிழகத்தில் சேர, சோழ, பாண்டியர் என்ற மூன்று பேரரசர்கள் இருந்தனர். இம்மூவருக்குள்ளே ஆதிக்கப் போட்டிகளும், போர்களும் அடிக்கடி நடைபெற்று வந்தன. மூவேந்தர்களுள் வலிமை பெற்றவன் அவ்வப்போது பிற வேந்தர்களை அடக்கி ஆதிக்கம் செலுத்தினான். கரிகால் சோழன் ஆட்சிக் காலத்தில் தமிழகம் முழுவதும் அவனது ஆதிக்கத்தின் கீழ் வந்தது. சேரன் செங்குட்டுவன் காலத்தில் தமிழகத்தின் ஆட்சி அதிகாரம் அம்மன்னனிடம் இருந்தது. பாண்டியன் நெடுஞ்செழியன் பிற தமிழ் வேந்தர்களின் மேல் ஆதிக்கம் செலுத்தினான். மூவேந்தர்களே மட்டுமின்றிச் சில குறுநில மன்னர்களும் மலைகள் போன்ற இடத்தைப் பெற்று ஆட்சி செலுத்தி வந்தனர்.

மன்னன்

சங்க காலத் தமிழகத்தில் மன்னனின் முடியாட்சி நிலவியது. மன்னனைக் கோ, வேந்தன், கோன், இறைவன் எனப் பல பெயர்கள் இட்டு அழைப்பது உண்டு. அரியணை உரிமை பொதுவாக மன்னனின் மூத்த மகனுக்குக் கிடைத்தது. வாரிசு உரிமை என்பது சொத்து உரிமை போன்றே காணப்பட்டது. பெண்களுக்கு வாரிசு உரிமை இல்லை. மன்னன் அரசாட்சி செய்து கொண்டிருக்கும்போது வாரிசு இன்றி இறந்தால் மக்கள் யானையின் உதவியுடன் மன்னனைத் தேர்ந்தெடுத்தனர்.

மன்னனுக்கு அவை (அரசவை) இருந்தது. அவ்வவையில் அரசுப் பணிகள் செய்யப்பட்டன. மன்னனே அவைக்குத் தலைவனாக இருந்தான். அவையில் அரசனோடு அரசியும் வீற்றிருக்கும் வழக்கம் இருந்தது. இவர்களோடு அமைச்சர்களும், அரசு அலுவலர்களும், புலவர்களும், மன்னனின் நண்பர்களும் கலந்து உரையாடினர். வேந்தர்களுக்கு அவையிருப்பது போலக் குறுநில மன்னர்களுக்கும் அவை இருந்தது. பாரியின் அவையில் கபிலரும், அதிகமான் அவையில் ஔவையாரும், செங்குட்டுவன் அவையில் பரணரும் அமர்ந்திருந்தனர். அவையில் இலக்கியங்கள் பற்றி விவாதங்கள் நடைபெற்றன. அரசனுக்கு ஆலோசனை வழங்கி நல்லாட்சியை

ஏற்படுத்துவதே அவை உறுப்பினர்களின் முக்கியப் பணியாகும். அவையோர் மன்னன் அறம் தவறிச் செயல்பட்டபோது அவனுக்கு அறவுரை கூறி அவனை நல்வழிப்படுத்தினர்.

அறன் அறிந்து ஆன்றுஅமைந்த
சொல்லான் எஞ்ஞான்றும்

திறன் அறிந்தான் தேர்ச்சித் துணை
(திருக்குறள்,635)

இக்குறள், அரசன் அமைச்சர்களைத் தேர்ச்சித் துணையாகக் கொண்டான் என்பதைக் காட்டுகிறது. பொதுமக்கள் அளித்த மனுக்களைப் பெற்றுக் கொண்டு அவர்களுக்கு நீதி வழங்குவதே அவையில் நடைபெற்ற முக்கியப் பணியாகும். அவ்வப்போது மன்னன் ஆணைகளைப் பிறப்பித்தான். அவ்வாணைகள் முரசு கொட்டி மக்களுக்கு அறிவிக்கப்பட்டன.

பொதுவாக அரசவை காலையில் கூடுவது வழக்கம். அதற்குநாளவை என்றும் நாளிருக்கை என்றும் பெயர்கள் வழங்கி வந்தன. நாளவை என்பதற்கு நாளோலக்கம் (the durbar of a king)

என்று பொருள்.

செம்மல் நாளவை அண்ணாந்து புகுதல்

எம்மன வாழ்க்கை இரவலர்க்கு எளிதே
(புறநானூறு, 54:4-3)

(சேரனது தலைமை உடைய அவைக்களத்தின்கண் செம்மாந்து சென்று புகுதல் எம்மைப் போன்ற வாழ்க்கையை உடைய இரவலர்க்கு எளிது.எம்மன-எம் அன்ன, எம்மைப் போன்ற.)

அரசவையில் இசை முழங்கிக் கொண்டிருக்கும். இதற்குச் சான்று மலைபடுகடாமில் காணப்படுகிறது.

இசை பெறு திருவின் வேத்தவை ஏற்ப

துறை பல முற்றிய பைதீர் பாணரொட
(மலைபடுகடாம்: 39-40)

(இசையை எக்காலமும் கேட்கின்ற செல்வத்தினை உடைய அரசனுடைய அவை)

ஆட்சியை மேற்கொண்டிருக்கும் மன்னனை அரச பதவியிலிருந்து நீக்க இயலாது. இருப்பினும் மன்னனே தானாக முன்வந்து மனம் நொந்து அரச பதவியை விட்டு விலகலாம். இதற்கான சான்றுகள் சங்க காலத்தில் கிடைக்கப்பெறுகின்றன. கரிகால் சோழன் வெற்றி கண்ட வெண்ணிப்போரில் சேரன் பெருஞ்சேரலாதன் முதுகில் காயமுற்றான். இந்த இகழ்ச்சியினைத் தாங்க முடியாமல் அச்சேர மன்னன் தன்னை மாய்த்துக் கொண்டான் என்பதனை இலக்கியம் வாயிலாக அறிய முடிகிறது. சேரன் கணைக்கால் இரும்பொறையைக் கழுமலம் என்னுமிடத்தில் சோழன் செங்கணான் தோற்கடித்தான். பின்பு சேரன் கைது செய்யப்பட்டுச் சிறையில் அடைக்கப்பட்டான். சிறையில் குடிக்கத் தண்ணீர் கேட்டபோது சிறைக்காவலன் இரும்பொறையை மதிக்காததால், அவன் நீரும் உணவும் உண்ணாமல் இருந்து உயிர் துறந்தான். இதுபோன்ற சம்பவங்களிலிருந்து மன்னர்கள் தாங்களாகவே அரச பதவியை விட்டுப் போகின்றனர் என்பது தெரிகிறது.

அரண்மனையில் பல பெண்களைக் கொண்ட அந்தப்புரம் இருந்தது. இளவரசர்கள் அரசுப் பிரதிநிதிகளாகச் செயலாற்றினர். அரசருக்கான செலவுகள் பொதுநிதியிலிருந்து எடுத்துப் பயன்படுத்தப்பட்டன. அரசு வருவாய் பணமாகவும், பொருளாகவும் பெறப்பட்டது.Vமன்னர் அரச முடியையும், அடையாளங்களையும் கொண்டிருந்தனர். குறுநில மன்னர்களுக்கு அத்தகைய அரச முடியும் அடையாளங்களும் இல்லை.

முரசு

போர் முரசு அரசரின் அதிகாரத்திற்கு அடையாளமாக விளங்கியது.அம்முரசு அரண்மனையில் உள்ள கட்டிலில் வைக்கப்பட்டு நன்கு பாதுகாக்கப்பட்டது. அமைதிக் காலத்தில் திருவிழாவை அறிவிப்பதற்காக முரசு கொட்டப்பட்டது. முரசு கொட்டுவதற்கு என்று பரம்பரை ஒன்று இருந்து வந்தது. போர் ஏற்படும்போது அது முரசு கொட்டி அறிவிக்கப்பட்டது. போரில் வீரர்களுக்கு உற்சாகம் ஏற்படும் வகையில் முரசு கொட்டப்பட்டது. இம்முரசு போரில் வெற்றி பெற்றதையும் அறிவித்தது. பகைவர் நாட்டை வென்று அந்நாட்டின் காவல் மரத்தை வெட்டி அதை யானையின் மீது ஏற்றித் தம் நாட்டிற்கு கொண்டு வந்து

அம்மாரத்திலிருந்து போர் முரசு செய்தனர்.

வாள்

சங்ககால மன்னர்கள் வாளையும் பெற்றிருந்தனர். போர் முரசு போல் மன்னர் வாளையும் போற்றி வணங்கி வந்தனர். அதனை நீரில் நீராட்டி மாலை அணிவித்துச் சிறப்புச் செய்தனர்.

கொடி

சங்க காலத்தில் மன்னர்கள் தங்களுக்கு என்று ஒரு அடையாளச் சின்னமாகக் கொடியைக் கொண்டிருந்தனர். சேரர் வில்கொடியையும், சோழர் புலிக்கொடியையும், பாண்டியர் மீன்கொடியையும் கொண்டிருந்தனர். போரின்போது பகைவரின் கொடியை அழிப்பது வீரர்களின் நோக்கமாக இருந்து வந்தது. கோட்டையில் கொடி பறக்கவிடப்பட்டது. பேரரசுகளின் தலைநகரிலும், அகன்ற தெருக்களிலும் கொடிகள் பறக்கவிடப்பட்டன. குறுநில மன்னர்கள் தனிக் கொடியைப் பெற்றிருந்தனர். அவர்கள் பேரரசருக்குக் கப்பம் கட்டி ஆட்சி செலுத்துபவர் என

அறியலாம். கைப்பற்றப்பட்ட நாடு, வெற்றி பெற்ற நாட்டின் அடையாளச் சின்னத்தையும் கொடியில் பதித்துப் பறக்க விட வேண்டுமென்ற வழக்கம் நடைமுறையில் இருந்தது.

மாலை

சங்க கால மன்னர்கள் பல்வேறுபட்ட மாலைகளைப் பெற்றிருந்தனர். போர்க்களத்தில் பல்வேறு மன்னர்களின் படையைப் பிரித்து அறியும் பொருட்டு வேறுபட்ட மாலைகள் அணியப்பட்டன. சிற்றரசர்களும் மாலை அணிந்து கொண்டனர். சான்றாக ஆய் அண்டிரான் சுரபுன்னை மாலையையும், சேரர் பனம்பூ மாலையையும், சோழர் ஆத்திப்பூ மாலையையும் பாண்டியர் வேப்பம்பூ மாலையையும் அணிந்திருந்தனர்.

காவல் மரம்

சங்க காலத்தில் தமிழகத்தை ஆண்ட மன்னர் ஒவ்வொருவருக்கும் ஒரு காவல் மரம் இருந்தது. அம்மரம் தெய்வத் தன்மை பெற்றிருந்ததாக எண்ணப்பட்டது. காவல் மரம் வெட்டப்பட்டால் அந்நகரம் அழிந்துவிடும் என்பது நம்பிக்கையாக

இருந்து வந்தது.

அமைச்சர்

அரசருக்கு ஆலோசனை கூறுவதற்கு அமைச்சர்கள் இருந்தனர். தவறான ஆலோசனை கூறி அதனால் தீமை விளையுமாயின் ஆலோசனை வழங்கிய அமைச்சர்கள் ஏளனம் செய்யப்பட்டனர்.

அரசுப் பதவியில் இருப்பவர்கள் சிறப்பாகச் செயல்பட்டால் அவர்களுக்கு மன்னன் பட்டங்கள் வழங்கிச் சிறப்புச் செய்தான். சான்றாகஎட்டி, காவிதி, ஏனாதி போன்ற பட்டங்கள் வழங்கப்பட்டன.

தூதுவர்

சங்க கால மன்னர்கள் தூதுவர்களை நியமித்திருந்தனர். தூது செல்லுதல் அவர்களது பணியாகும். பொதுவாகத் தூதுவர்கள் நடுவராக இருந்து வந்தனர். ஔவையார் அதிகமான் நெடுமான் அஞ்சியின் தூதுவராகத் தொண்டைமான் அவைக்குச் சென்றார். பெரும்புலவரானகோவூர்கிழார்

தூதுவராகச் செயல்பட்டு, நலங்கிள்ளி நெடுங்கிள்ளி ஆகிய இரு மன்னர்களுக்கும் இடையே நடந்த போரைத் தவிர்த்து அவர்கள் இருவருக்கும் இடையில் ஒற்றுமையை நிலைநாட்டுவதற்குப் பாடுபட்டார்.

ஒற்றர்

சங்க கால மன்னர்கள் தூதுவர்களைப் போல் ஒற்றர்களையும் நியமனம் செய்தனர். ஒற்றர் முறை நிரந்தரமான அமைப்பாக இருந்து வந்தது. இவ்வொற்றர்கள் பல்வேறு வகைப்பட்ட சத்தங்களை எழுப்பித் தங்கள் செய்திகளைப் பரிமாறிக் கொண்டனர். ஒற்றர்கள் உள்நாட்டு மக்களையும், அயல் நாட்டினரையும் உளவு பார்த்து வந்தனர். மேலும் அமைச்சர்கள், அரசு அலுவலர்கள், அரச குடும்பத்தினர், பகைவர்கள் ஆகியோர்களை உளவு பார்த்து வந்தனர். இவர்கள் மாறுவேடங்களில் இருந்து வந்தனர். ஒற்றர்கள் கூறுவது மற்ற ஒற்றர்கள் மூலம் அறிந்து கொள்ளப்பட்டது. ஓர் ஒற்றர் கூறுவதை உண்மையானது என்று முடிவு செய்யாமல், ஒற்றர்களுக்கு ஒற்றராகச் செயல்படும் மற்றோர் ஒற்றரின் கருத்தைக் கேட்டு உறுதி செய்யப்பட்டது. மூன்றாவது ஒற்றரையும் கேட்டுச்

செய்திகள் சேகரிக்கப்பட்டன. ஒற்றர்கள் ஒருவருக்கு ஒருவர் தொடர்பு இல்லாமல் தனியாகச் செயல்பட்டனர். ஒற்றர் தவறாகச் செயல்பட்டால் அவர்களுக்குத் தூக்குத் தண்டனை விதிக்கப்பட்டது.

பழந்தமிழரின் வாழ்வியல் முறைகள்:

இரண்டாயிரம் ஆண்டுகள் பழமை வாய்ந்த மொழி தமிழ் மொழி. இம்மொழியின் தொன்மைச் சிறப்பு வாய்ந்த இலக்கியங்கள் சங்க இலக்கியங்கள் ஆகும். மற்ற மொழிகளில் இல்லாத சிறப்பு இம்மொழியில் அமைந்துள்ள பொருள் இலக்கணம் ஆகும். இவ்விலக்கணத்திற்குச் சான்றாகத் திகழ்பவை சங்க இலக்கியங்கள் ஆகும்.

சங்க காலத் தமிழர்கள் இயற்கையோடு இணைந்த வாழ்க்கையை மேற்கொண்டிருந்தனர். அவ்வியற்கையைத் தாங்கள் படைத்த இலக்கியங்களிலும் பதிவு செய்து வந்துள்ளனர். ஆதலால்தான் இன்றளவிலும் சங்க இலக்கியங்கள் உயிரோட்டமாக விளங்கி

வருகின்றன. இயற்கையோடு ஒன்றாத வாழ்க்கை அழகற்றது, உணர்வற்றது என்ற உண்மையை உணர்த்துவனாக உள்ளன.

இலக்கியம் என்பது மனித வாழ்க்கையைப் பிரதிபலிக்கும் காலக் கண்ணாடி. இது வாழ்க்கைக்கு வழிகாட்டுகிறது. மொழியை ஊடகமாகக் கொண்டு விளங்குகிறது. இலக்கியம் மனிதனை, மனிதநேயப் பண்புகளுடன் வாழ வழிவகை செய்கின்றது. மனித வாழ்க்கையை அழகாகச் சொல்லும் போது இலக்கியம் பிறக்கின்றது.

பண்டைத் தமிழர்கள் தங்கள் வாழ்க்கைக்குத் தேவையான இடத்தினைத் தேர்வு செய்து அதனைத் தம் வாழிடமாக அமைத்துக் கொண்டனர். அவ்வாறு அமைந்த வாழிடங்கள் மலை, காடு, வயல், கடற்கரைப் பரப்பு என அவர்களின் உடல் உணர்விற்கு ஏற்றார் போல் அமைத்துக் கொண்டனர் என்பதை,

"மண்திணிந்த நிலனும்
நிலன்ஏந்திய விசும்பும்
விசும்பு தைவரு வளியும்
வளித்தலை இய தீயும்
தீ முரணிய நீரும் என்றாங்கு
ஐம்பெரும் பூதத்து இயற்கை போல"

இன்றைய மனிதர்களைப் போல்

இயற்கையை அளிக்காமல் இயற்கையைப் பேணிக் காத்து வந்தனர். தங்களின் வாழ்க்கைக்கு நிலம், நீர், தீ, காற்று, ஆகாயம் எனும் பஞ்ச பூதங்கள் அடிப்படையாக விளங்குவன என்பதை அவர்கள் உணர்ந்திருந்தனர். இதனை உணர்த்துவனவாக மேற்கண்ட பாடல் வரிகள் அமைந்துள்ளன.

சங்ககால மக்கள் தொழில்நுட்பத்துடனும் அழகியல் உணர்வுடனும், நிலத்தில் நிலவும் தட்பவெப்ப நிலைக்கு ஏற்றவாறு வாழ்க்கை முறையை அமைத்திருந்தனர். அத்தகைய எளிய மக்களின் உணவு, உடை, கல்வி, ஈகை, நம்பிக்கை, பண்பாடு, நாகரீகம் ஆகியவற்றை ஆய்வதாக உள்ளது.

அதிகாலையில் எழுதல்

சங்க கால எளிய மக்கள் உழைக்கும் வர்க்கத்தினைச் சார்ந்தவர்கள் இவர்கள் சூரியன் உதயமாவதற்கு முன் விழித்தெழுந்தனர். துயில் எழுவதற்கு சேவலின் கூவலும், பிற பறவைகளின் ஒலியும் துணை செய்தன. இவை மட்டும் அல்லாமல் அந்தணர்கள் ஓதும் மந்திர துதியும், இசைக்கலைஞர்கள் எழுப்பும்

இசை ஒலியும் அரண்மனையில் ஒலிக்கும் முரசும் மக்களை விழித்தெழச் செய்தன.

"நான் மறைக் கேள்வி நவில் குரல் எடுப்ப
ஏம இன்துயில் எழுதல் அல்லதை
வாழிய வஞ்சியும் கோழியும் போலக்
கோழியின் எழாது, எம்பர் ஊர் துயிலே"

பொய்கையில் இசைபாடும் வண்டுகளைப் போல், அந்தணர்கள் வேதம் பாடத் தொடங்குகின்றனர். கோழியும் மற்றப் பறவைகளும் எழுப்பும் ஓசையைக் கேட்டு மக்கள் எழுகின்றனர். மதுரை நகரில் அந்தணர்களின் வேத ஒலியில் மக்கள் அதிகாலையில் துயில் எழுந்தனர் என்பதைப் பரிபாடலும், மதுரைக் காஞ்சியும் குறிப்பிடுகின்றன.

தை நீராடுதல்

திருமணமாகாத இளம் கன்னிப் பெண்கள் மார்கழி மாதம் முழு நிலா நாள் தொடங்கி தை மாதம் முழு நிலா நாள் வரை நீராடி நோன்பு இருப்பர். இதனை 'தை நீராடல்' என்று அழைப்பர்.

இவ்வாறு நோன்பு இருக்கும் கன்னிப் பெண்கள் மரத்தால் ஆன பாவையை வைத்து வழிபடுவார்கள். இதன் பயனாக அவர்கள் விரும்பியவர்கள் கணவனாகக் கிடைக்கப் பெறுவார்கள் என்பது சங்க கால மகளிரின் நம்பிக்கை. இதனை,

"உண்டியார் தாள் பணிவோம்
ஆங்கவர்க்கே பாங்காவோம்
அன்னவர் எங்கணவர் ஆவார்"

என்ற திருவெம்பாவை பாடலும்,

"தையில் நீராடிய தவம்
தலைப்படுவாயோ"

என்ற கலித்தொகை பாடல் வரியும் குறிப்பிடுவதைக் காணலாம்.

உணவு முறைகள்

சங்க கால மக்களின் பண்பாடுகளில், உணவுப் பொருட்கள், அவர்கள் உட்கொள்ளும் உணவு முறைகளும் முக்கியப் பங்கு பெறுகின்றன. அவர்கள் வாழும் நிலத்தின் தன்மைக்கு ஏற்பவும் பருவகால மாற்றத்திற்கு ஏற்றவாறும், அவர்கள் செய்யும் உற்பத்தி முறைகளுக்கு

ஏற்றவாறும் உணவு அமைகின்றது.

சங்க இலக்கியம் உணவு என்பது 'நிலத்தொடு நீரே' என்று குறிப்பிடுகிறது. பழந்தமிழர்கள் இயற்கையாகக் கிடைக்கப் பெற்ற தாவரங்களையும், உயிரினங்களையும் உணவுப் பொருட்களாகப் பயன்படுத்தினர். அவர்கள் உட்கொள்ளும் உணவுப் பொருட்கள் உடல் நலத்திற்கு ஏற்றவையாக இருந்தன. மா, பலா, வாழை போன்ற பழ வகைகளும், அவரை, துவரை, தினை, வரகு, சாமை போன்ற சிறு தானிய பயறு வகைகளும், உணவுப் பொருட்களாக விளங்கின. இதன் காரணமாக அக்கால மக்கள் கட்டான உடல் அழகுடன், நோயற்ற வாழ்க்கையை மேற்கொண்டிருந்தனர்.

குறிஞ்சி நிலத்தில் வாழ்ந்த மக்கள் தேன், கிழங்கு, பன்றியின் இறைச்சி போன்ற உணவுகளை ஓலையால் செய்யப்பட்ட வட்டிலில் இட்டு உட்கொண்டுள்ளனர்.

"கான் உறை வாழ்க்கை, கத நாய்,
வேட்டுவன்
மான் தசை சொரிந்த வட்டியும்"

என்ற புறப்பாடலின் வழி இதனை அறியலாம்.

மேலும், மலைப் பகுதியில் வாழ்ந்த

குறவர்கள் உடும்பு, மான், பன்றி ஆகியவற்றின் இறைச்சியையும் உணவாக உட்கொண்டனர். தேன், கள்ளுடன் பலாக்கொட்டையின் மாவும் அவற்றில் பாலும் சேர்த்து மூங்கில் குழாய்களில் இட்டு முதிர வைத்து உண்டனர் என்றும், இவர்கள் இறைச்சியின் பொரியலையும், சிறிய தினைச் சோற்றையும் உணவாக உண்டனர் என்றும் மலைபடுகடாம் குறிப்பிடுகிறது. இதனை,

"கிழவிர் போலக் கேளாது கெழீஇ
சேட் புலம்பு அகல இனிய கூறி
பரூஉக்குறை பொழிந்த நெய்க்கண்
வேவையொடு
குரூஉக்கண் இறடிப் பொம்மல்
பெறுகுவிர்"

என்ற பாடல் அடிகள் மூலம் அறியலாம். மேலும்,

"இருந்காழ் உலக்கை இரும்பு முகம்
தேய்த்த
அவைப்பு மாண் அரிசி அமலை வெண்
சோறு
கவைத் தாள் அலவின் கவலையொடு
பெறுவிர்"

என்று சிறுபாணாற்றுப்படையும் குறிப்பிடுகின்றது.

ஆடைகள்

மனிதச் சமுதாயத்திற்கு ஆடை மிக இன்றியமையாததாகத் திகழ்கிறது. ஏனென்றால், மனிதனின் மானத்தை மறைக்கும் கருவி ஆடை. இதனை, ஆடை இல்லா மனிதன் அரை மனிதன் என்ற பழமொழி மூலம் அறியலாம். ஆடைகள் மனிதனின் பண்பையும், அவன் பெற்றுள்ள பொருளாதாரச் சிறப்பினையும் பிரதிபலிப்பனவாக உள்ளன. சங்க காலத்தில் ஆடையை “உடை, தழை, துகில், கலிங்கம், அறுவை, சிதார், ஆடை, உடுக்கை, கச்சு, ஈரணி, தானை, போர்வை, காழகம், கச்சம், கச்சை, வம்பு, மடி, பட்டு, சீரை, படம், படாம், புங்கரை நிலம், உத்தரீயம், கம்பலம், கவசம், தூசு, மடிவை, சிதர்வை, சிதவல், வார், மெய்ப்பை, மெய்ம்மறை, பட்டகம், நூல், பக்குடுக்கை” எனப் பலவாறு அழைத்துள்ளனர்.

கல்வி

உலக உயிரினங்களில் தலைச்சிறந்த இனம் மனித இனம். ஏனென்றால் நல்லது, கெட்டது என்று வகை பிரித்துப் பார்க்கும் பகுத்தறியும் குணம் படைத்தவன் மனிதன். மனிதனின் அறிவின் வளர்ச்சிக்கு முதன்மையானதும், அடிப்படையானதும் கல்வி, விலங்கு நிலையில் இருக்கும் மனிதனைப் பகுத்தறியும் தன்மைக்குப் பக்குவப்படுத்துவது கல்வி. கல்வியானது கற்பவரின் சிந்தனையைத் தூண்ட வேண்டும். தன்னம்பிக்கை, ஆளுமை, சேவை, மனிதநேயம் போன்றவற்றைத் தர வேண்டும். அத்தகைய கல்வியை மனித இனம் கசடற கற்க வேண்டும். ஆதலால் தான் வள்ளுவர்,

"கற்க கசடறக் கற்பவை கற்றபின்
நிற்க அதற்கு தக"

என்று கல்வியின் பெருமையை உலகிற்குப் பறைசாட்டுகிறார்.

சங்க காலத்தில் அரசு, பள்ளிகளை நடத்தியதாகச் சான்றுகள் காணப்படவில்லை. இன்றைய தனியார் பள்ளிகள் போல், ஆசிரியர்களே நடத்திய திண்ணைப் பள்ளிகள் தான் செயல் பெற்று வந்துள்ளன. மரத்தடியும், ஆசிரியர் வீடும், ஊர்ப் பொது இடமும் பள்ளிகளாக செயல்பட்டு வந்தன.

அன்றைய காலத்தில் "நக்கீரனின் தந்தை மதுரை கணக்காயர் பெரிய ஆசிரியராக விளங்கி இருக்க வேண்டும். மேலும், மதுரை ஆசிரியர் நல்லந்துவனார், மதுரை பாலாசிரியர், சேந்தங்கொற்றனார், நப்பாலானர், கிடங்கில் குலபதி, நக்கண்ணார் என்பவர்கள் அதிக எண்ணிக்கையிலான மாணவர்களுக்குக் கல்வி கற்பித்தனர்.

கல்வியானது ஒரு கால எல்லைக்குள் அடங்குவது அன்று. அது எல்லையற்ற பரப்புடையது. கல்வியை ஒருவன் வாழ்நாள் முழுவதும் கற்காலம். அது சாதி வேறுபாட்டைக் களையக் கூடிய கருவியாகச் செயல்படவல்லது. அது அறிவுக்கடலைத் திறக்கும் சாவி, ஆதலால் தான் ஆரியப் படை கடந்த பாண்டிய நெருஞ்செழியன்.

"உற்றுழி உதவியும் உறுபொருள் கொடுத்தும்
பிற்றை நிலை முனியாது கற்றல் நன்றே"

என்று அத்தகைய கல்வியைப் பிச்சை எடுத்தாவது கற்றல் வேண்டும் என்று குறிப்பிடுகிறான்.

கலை

பண்டைத் தமிழர்களிடையே கல்வியறிவுடன் கலை உணர்வும் கலந்திருந்தது. தங்கள் மனதில் தோன்றிய கற்பனை வளத்தினைக் கலையாக வெளிப்படுத்தினர். கலை என்னும் சொல் ‘கல்’ என்னும் ஏவல் பகுதியில் இருந்து வந்ததாகும். கல்வி என்ற சொல்லிற்கு இதுவே முதனிலையாகும்.

கலைகளில் கவின் கலை, நுண் கலை, நற்கலை, அழகுக் கலை எனப் பலப் பெயர்கள் உண்டு. மேலும், சிற்பம், ஓவியம், இசை, நடனம், நாடகம் போன்றவை தமிழரின் அழகுக் கலையில் முக்கியப் பங்கு பெறுவன ஆகும். பண்டைத் தமிழர்கள் ஆயக்கலைகள் அறுபத்து நான்கு என்று குறிப்பிடுகின்றனர். இதனை,

“ஆய கலைகள் அறுபத்து
நான்கினையும்”

என்று மணிமேகலை குறிப்பிடுகிறது.

தமிழர்களின் கட்டிடக் கலையின் சிறப்பினை கோவில், அரண்மனை, மதில், வீடுகள் ஆகியவற்றின் வழியே அறியலாம்.

விருந்தோம்பல்

பண்டைத் தமிழரிடம் விருந்தோம்பல் பண்பாடு சிறப்பாக அமையப் பெற்றிருந்தது. இப்பண்பாடு தமிழரின் இல்லற வாழ்க்கையை அளக்க உதவும் அளவு கோலாகவும் விளங்குகின்றது. தாம் உண்ணும் உணவு எதுவாக இருந்தாலும் அதனை, தம்மை நாடி வந்த விருந்தினர்களுக்கும் கொடுத்து தாமும் உண்டு மகிழ்ந்தனர். தெரிந்த உறவினர்கள் மட்டும் அன்றி முன்பின் தெரியாத அயலவர்களுக்கும் உணவிட்டு அகம் மகிழ்ந்திருந்தனர்.

விருந்தோம்பல் பண்பு இல்லற மகளிரின் இன்றியமையாப் பண்புகளுள் ஒன்றாக விளங்குகிறது. பெண்ணிற்கு இலக்கணம் கூறும் தொல்காப்பியர் விருந்தோம்பல் பண்பாட்டையும் சேர்த்து 'விருந்து புறந்தருதலும் சுற்றம் ஓம்பலும்' என்று குறிப்பிடுகிறார்.

தங்களின் இல்லத்திற்கு விருந்தினர் தினந்தோறும் வந்து கொண்டு இருக்க வேண்டும் என்று விருந்தை

எதிர்நோக்கும் தமிழ் மக்கள் அன்று இருந்தனர். இரவு பகல் என்று பாராமல் எப்பொழுதும் விருந்தினர் வரவை எதிர்நோக்கி இருந்தனர்.

"அல்லில் ஆயினும் விருந்துவரின்
உவக்கும்
முல்லை சான்ற கற்பின்
மெல்இயற் குறுமகள்"

தங்கள் வீட்டில் உணவுப் பொருள்கள் குறைவாக இருந்தாலும், அவற்றைப் பற்றி கவலை கொள்ளாமல் வரும் விருந்தினர்களின் மனம் கோணாமல் விருந்து படைக்கும் இயல்பினராய் தமிழர்கள் விளங்கினர் என்பதை,

"... ... ... உள்ளது
தவச் சிறிது ஆயினும் மிகப்பலர்
என்னாள்
நீள் நெடும் பந்தர் ஊன்முறை ஊட்டும்
இற்பொலி மகடூஉப் போல"

என்ற புறப்பாடல் வழி அறியலாம்.

அதியமானின் விருந்தோம்பல் பண்பினை ஔவை குறிப்பிடும் போது, அவனைத் தேடி வருவோர்கள் ஒரு நாள் சென்றாலும், அதற்கு அடுத்த நாள் சென்றாலும், அவருடன் பலரை அழைத்துக் கொண்டு சென்றாலும் முதல் நாள் எத்தகைய முகமலர்ச்சியுடன்

வரவேற்றானோ, அதே முகமலர்ச்சியோடு எல்லா நாளிலும் வரவேற்று உபசரிப்பான் என்று குறிப்பிடுகிறார். இதனை,

“ஒரு நாள் செல்லாம் இரு நாள் செல்லலாம்
பல நாள் பயின்று பலரொடு செல்லினும்
தலை நாள் போன்ற விருப்பினன் மாதோ”

என்ற பாடல் வரிகள் மூலம் அறியலாம்.

ஈகை

ஈகை என்பது பொருள் உடையவர்கள், இல்லாதவர்களுக்கு வழங்குவது. இது எவ்வித எதிர்பார்ப்பும், திரும்பப் பெறும் தன்மையும் அற்றது. உலகத்தாற் போற்றும் அறங்களில் முதன்மை இடம் பெறுவது, அறங்களில் சிறந்தது, மனித நேயத்தின் அடிப்படையாகத் திகழ்வது ஈகைப் பண்பு.

“செல்வத்துப் பயனே ஈதல்
துய்ப்போம் எனினே துப்புந பலவே”

பிறர்க்குக் கொடுத்து தானும் உண்டு

வாழ்வதே வாழ்க்கை. ஈகை குணம் தனி மனிதச் சிந்தனையில் தோன்றி சமுதாயப் பயனுடையதாக அமைகின்றது. வறுமையில் வாடும் மக்களுக்குத் தம்மால் இயன்ற உதவிகளைச் செய்யும் போது அச்செயல் உயர்ந்தாகக் கருதப்படுகிறது. ஆதலால் தான் உலக இன்பங்களில் ஈகை இன்பம் உயர்ந்ததாக உலகத்தார் போற்றுகின்றனர்.

வறுமையில் வாடும் புலவரான பெருஞ்சித்திரனார் தான் பெற்று வந்த பொருளைத் தன் மனைவியிடம் கொடுத்து, அதனைத் தம் சுற்றத்தார்க்கும் பகிர்ந்தளிக்கச் சொல்கிறார். இது தான் ஈகையின் பண்பு. இதனை,

"இன்னோர்க்கு என்னாது, என்னொடும் சூழாது
வல்லாங்கு வாழ்தும் என்னாது, நீயும்
எல்லோர்க்கும் கொடுமதிமனை
கிழவோயே"

என்ற பாடல் அடிகள் மூலம் அறியலாம். பாரி என்னும் ஒப்பற்ற வள்ளல். இவ்வுலகில் மாரிக்கு இணையாக ஈகை குணம் கொண்டவன் என்று புறம் குறிப்பிடுகின்றது. இதனை,

"... ... ... அறம் பூண்டு
பாரியும், பரிசிலர் இரப்பின்

வாரேன் என்னான் அவர் வரையன்னே"

"பாரி ஒருவனும் அல்லன்
மாரியும் உண்டு ஈண்டு உலகு
புரப்பதுவே"

என்ற பாடல் அடிகள் மூலம் அறியலாம்.

நட்பு

நட்பு என்பது ஒருவர்க்கு ஒருவர் உள்ளம் நெருங்கி எவ்விதக் கைமாறும் கருதாது பாசமுடன் பழகி வாழ்வது. இவ்வுலகில் வாழும் உயிரினங்கள் யாவும் தனித்து வாழ்வது இல்லை. ஒன்றுடன் ஒன்று ஏதோ ஒரு வகையில் பிணைப்பை ஏற்படுத்திக் கொண்டு வாழ்கின்றன.

நட்பிற்கு எளிதில் திருக்குறளைக் காட்டிலும் பிறவற்றை உதாரணமாகக் கூற முடியாது. தன் உடை நெகிலும் போது அப்பொழுதே தன் கை சென்று உதவி செய்வது போல, நண்பனுக்குத் துன்பம் நேரும் போது உற்ற நண்பன் உடன் சென்று, அவனின் துன்பத்தினை நீக்க வேண்டும். அதுதான் உண்மையான நட்பு என்று வள்ளுவர் குறிப்பிடுகிறார்.

"உடுக்கை இழந்தவன் கைபோல ஆங்கே
இடுக்கண் களைவதாம் நட்பு"

வள்ளுவரின் இக்கருத்தினையே பெருங்கதையும் வழி மொழிகிறது.

"உடையழி காலை உதவிய கைபோல
நடலை தீர்த்தல் நண்பனது இயல்பு"

நட்பு என்பது உள்ளத்தைத் திறந்து காட்டுவதாக இருக்க வேண்டும். இது தான் உலகிலேயே உன்னதமான நட்பு. ஒருவன் தன்னுடைய உள்ளத்தைத் தன் நண்பனுக்குத் திறந்து காட்டும்போது நட்பு மேலும் இரட்டிப்பாகிறது. இதற்கு முன்னுதாரணமாக விளங்குபவன் அனுமன். இன்றும் பேச்சு வழக்கில், "நான் அனுமன் அல்ல, என் உள்ளத்தைத் திறந்து காட்ட" என்று குறிப்பிடுவதைக் காணலாம். இதனை,

"எந்தை! வாழி ஆதனுங்க! என்
நெஞ்சம் திறப்போர் நிற்காண் குவரே"

என்று ஆத்திரையனார் என்னும் புலவர் கூற்றாகப் புறம் சுட்டுகிறது.

காதல்

உலக இயக்கத்திற்கு அடிப்படையானது காதல். இரண்டு உள்ளங்கள் இணைவது காதல். இரு உயிர்களிடையே ஏற்படும் அன்புணர்வு காதல் என்றாலும், ஆணுக்கும், பெண்ணுக்கும் இடையில் ஏற்படும் அன்புணர்வே காதல் என்று இன்று பொதுவாக அழைக்கப்படுகிறது.

காதல் கண்களில் அரும்பி இதயத்தில் மலரும் பூவாக விளங்குகிறது. இதனைத் தொல்காப்பியர்,

"நாட்டம் இரண்டும் அறிவு உடம் படுத்தற்குக்
கூட்டி உரைக்கும் குறிப்புரை ஆகும்"

என்று குறிப்பிடுகிறார்.

கண்களின் வழியே மலர்ந்த காதல் பூ உடலில் புகுந்து மனம் வீசும் தன்மை கொண்டது. காதலில் வயப்பட்ட தலைவி தன் தலைவனோடு தான் கொண்ட காதலைக் கீழக்கண்டவாறு குறிப்பிடுகிறாள்.

"நிலத்தினும் பெரிதே வானினும் உயர்ந்தன்று
நீரினும் ஆர் அளவுவின்றே - சாரல்
கருங்கோற் குறிஞ்சிப் பூக்கொண்டு

பெருந்தேன் இழைக்கும் நாடனொடு நட்பே"

இங்கு தலைவி தன் காதலின் அகலத்தையும், உயரத்தையும், ஆழத்தையும் குறிப்பிடுகின்றாள்.

திருமணம்

இருமனங்கள் இணைவதைத் திருமணம் என்று குறிப்பிடுகின்றனர். மனித வாழ்க்கையில் இது ஒரு இன்றியமையாத நிகழ்வாகும். தனி மனிதனைச் சமுதாயத்தின் உறுப்பினராக அங்கீகரிக்கும் தகுதியாக விளங்குகிறது. ஆதலால் தான் திருமண உறவு முறை முக்கியத்துவம் பெறுகிறது. களவில் இணைந்த தலைமக்கள் இடையே கருத்து வேறுபாடு தோன்றியப்பின் கரணம் தோன்றியது என்று திருமணத் தோற்றம் குறித்து தொல்காப்பியர் குறிப்பிடுகிறார். இதனை,

"பொய்யும் வழூவும் தோன்றிய பின்னர்
ஐயர் யாத்தனர் கரணம் என்ப"

என்ற நூற்பா மூலம் அறியலாம்.

களவினைக் கைக்கொண்ட காதலர்கள் ஊரில் தொடர்ந்து இருப்பினும் அல்லது உடன் போக்கில் ஊரை விட்டுச் சென்றாலும் 'திருமணம்' என்ற நிலைக்கு உட்பட்டு கணவன் மனைவி எனப் பலர் போற்ற வாழ்ந்தனர். திருமணம் பெற்றோர்களால் நிச்சயித்தும் அல்லது தலைமக்கள் தாமே எதிர்பட்டும் செய்து கொண்டனர். இந்நிகழ்வு இன்றளவும் தொடர்ந்து நடைபெற்று வருகின்றது.

போர்

சங்க காலத் தமிழகம் மூன்று பேரரசர்களாலும், பல குறுநில மன்னர்களாலும் ஆளப்பட்டது. இவர்களிடையே ஓயாது போர்கள் நிகழ்ந்த வண்ணமிருந்தன. இதற்குப் பல காரணங்களைக் கூறலாம். மண்ணாசை, புகழ், போரில் இறப்பவர்கள் வீர சுவர்க்கம் பெறுவர் என்ற நம்பிக்கை, பேரரசனாக நாட்டை ஆள வேண்டும் என்ற பேராசை. பெண் மீது இருக்கும் மோகம் எனப் பலக் காரணங்களைக் கூறலாம்.

வாழ்க்கையில் நிகழும் பிற நிகழ்வுகளைப் போலப் போரையும், ஒரு சமய நிலைக்கு உயர்த்தி அதற்குக் கொற்றவை என்றொரு தெய்வத்தினை உருவாக்கி சங்கத் தமிழர்கள் வணங்கினர். போர்தான் அனைத்திற்கும் முதன்மையானது என்று நினைத்திருந்தனர் என்பதால் போரில் ஈடுபட்டு வெற்றி பெற்று வருதலும், புண்ணொடு வருதலும் மகிழ்ச்சியாகக் கருதினர் என்பதைப் புறப்பொருள் மூலம் அறியலாம். இதனை,

"மண்ணோடு புகழ் நிறீஇப்
புண்ணொடு தான் வந்தன்று"

என்ற புண்ணொடு வருதல் துறை விளக்குகிறது.

இவ்வாறு போரிலும் ஒரு வகையான அறத்தைக் கடைபிடித்தனர் பழந்தமிழர்கள்.

விழாக்கள்

மக்களின் வாழ்க்கையில் சோர்வினைப் போக்கி இன்பமும், மலர்ச்சியும் புத்துணர்ச்சியும் ஏற்படுத்துவதாக விழாக்கள் அமைவன. இவற்றின்

நோக்கம் மக்களை ஒன்றுபடுத்தித் துன்பத்தை மறக்கச் செய்து அவர்களிடையே இன்பத்தினை ஏற்படுத்துவதாகும்.

விழாக்கள் அக்கால மக்களின் கலாச்சாரப் பண்பாட்டினை எடுத்துக் காட்டும் காலக் கண்ணாடியாக விளங்குகின்றன. தமிழர்கள் கொண்டாடிய விழாக்கள் பற்றிய குறிப்புகள் சங்க இலக்கியங்களில் காணப்படுகின்றன.

அவற்றுள் சில சமயத் தொடற்பானவை சில சமூகத் தொடர்புடையவை. நகரங்கள் 'விழவு' மேம்பட்ட பழவிறல் மூதூர் என்று பாராட்டப் பெற்றுள்ளன. பாணர், கூத்தர் முதலியக் கலைஞர்கள் விழாக்களில் ஆடியும், பாடியும் மக்களை மகிழ்வித்துள்ளனர்.

பண்டைய இலக்கியங்கள் விழாவினை 'விழவு', 'விழா', 'சாறு' என்ற சொற்களால் குறிப்பிடுகின்றன. இதனை,

"அழியா விழவின் அஞ்சுவரு மூதூர்ப்
பழிஇலர் ஆயினும் பலர்புறங் கூறும்"

என்ற அகநானூறு பாடல் வழியே அறியலாம்.

மேற்கண்டவாறு பண்டைய காலத்தமிழர்களின் வாழ்வியல் முறைகள்

சிறப்பாக அமைந்துள்ளது என்பதை நாம் அறியலாம்.

தமிழர் அறிவியல் !

சங்க கால தமிழர்கள் வானத்தையே தன் வீட்டின் மேற் கூரையாகக் கொண்டவர்கள். வானத்தில் நாள்தோறும் நிகழ்கின்ற வானியல் நிகழ்வுகளையும், மாற்றங்களையும் கூர்ந்து கவனித்து வானியல் தொடர்பான சிந்தனைகளை இவ்வுலகுக்கு எடுத்தியம்பியவர்கள். தமிழகத்தில் வானியல் துறையில் சிறந்து விளங்கிய பலர் வாழ்ந்தனர் என்பதை கணியன் பூங்குன்றனார், கனிமேதாவியார், பக்குடுக்கை நன்கணியார் முதலிய பெயர்கள் சான்று பகர்கின்றன. சிலேட்டர் என்னும் வானியல் அறிஞர் தமிழருடைய வானநூற்கணித முறையே வழக்கிலுள்ள எல்லாக் கணிதங்களிலும் நிதானமானது என்னும் கருத்து ஈண்டு நோக்கத்தக்கது.

சங்கத் தமிழர் ஐம்பெரும் பூதங்களின் தோற்றங்களை வெளிப்படுத்தும்போது பரந்து விரிந்த வானத்திலிருந்து காற்றும், காற்றிலிருந்து தீயும், தீயிலிருந்து நீரும், நீரிலிருந்து நிலமும் தோன்றியுள்ள அறிவியல் உண்மையை இவ்வுலகுக்குப் பதிவு செய்துள்ளனர். சித்தர்கள் எனப்படுவோரே அக்கால விஞ்ஞானிகள் ஆவர்

அறிவியல் துறையில் தமிழர்கள் என்பது உலகெங்கும் பரவியுள்ள அறிவியல் துறையைச் சார்ந்த, தமிழைத் தாய் மொழியாகக் கொண்ட அறிவியலாளர்கள், ஆய்வு மாணவர்கள், மற்றும் அவர்களது ஆய்வுகள் குறித்த பட்டியலாகும்.

சித்தர்கள் என்போர் பண்டைய தமிழகத்தின் அறிவியலாளர்கள் ஆவர். அவர்கள் ஆன்மீகவாதிகளோ சாமியார்களோ அல்லர். அவர்கள் விஞ்ஞானிகள் (Scientists). அவர்கள் வானியல், மருத்துவம், வேதியியல் ஆகிய துறைகளில் ஆராய்ச்சி செய்தனர்.

96 உடல்தத்துவங்களாகப் பிரித்து மனித உடற்கூறியலை ஆராய்ந்தனர்.

நோயியல் துறையில் மிக ஆழமான ஆராய்ச்சிகளை மேற்கொண்டனர். மனிதர்களுக்கு ஏற்படும் நோய்கள் 4448 என்று வரையறுத்தனர். இது நோயியல் துறையில் அவர்களின் ஆழமான ஆராய்ச்சி அறிவைக் காட்டுகிறது. மூச்சுறுப்புகளில் ஏற்படும் நோய்களை கப நோய்கள் எனவும், செரிமான உறுப்புகளில் ஏற்படும் நோய்களைப் பித்த நோய்கள் எனவும், மற்றவற்றை வாத நோய்கள் எனவும் வகைப்படுத்தினர்.

மருந்தியல் பற்றி விரிவான ஆய்வு செய்தனர். அதன் பயனாக கண்டுபிடித்த மருந்துகளை 32 வகை உள்மருந்துகள், 32 வகை வெளிமருந்துகள் என வகைப்படுத்தினர். மருந்தியல் துறையில் ஏராளமான நூல்களைப் படைத்துள்ளனர்.

நரம்பியலை ஆராய்ந்து வர்ம மருத்துவத்தைக் கண்டுபிடித்தனர். இந்த வர்ம மருத்துவம் சித்தர்கள் கண்டுபிடித்த நரம்பியல் மருத்துவம் ஆகும்.

வேதியியல் துறையை வாதம் என்ற பெயரில் ஆராய்ந்தனர். போகர் வேதியியல் துறையில் ஆழமான விரிவான ஆய்வுகளைச் செய்தவர். செயற்கையாக வேதிப்பொருள்களாகிய தாதுக்களைத் தயாரிக்கும் முறைகளைக் கண்டுபிடித்தனர். அதற்கு வைப்புமுறை என்று பெயரிட்டனர். சித்தர்கள் எழுதிய வாதநூல்கள் அனைத்தும் வேதியியல் துறையில் அவர்களின் ஆழமான ஆராய்ச்சியை வெளிப்படுத்துபவை ஆகும்.

விண்பொறியியல் துறையில் போகர் ஆராய்ந்திருக்கிறார். அதன் பயனாக பஞ்சபூதத்தால் செய்த ஆகாயப்புரவி என்ற விமானத்தைக் கண்டுபிடித்து சீனாவுக்குப் பயணம் செய்திருக்கிறார்.

ஆகாயப்புரவி என்ற விமானம் பற்றிய குறிப்புகளை போகர் ஏழாயிரம் என்ற நூலில் காணமுடிகிறது.

உடல், மனம், அறிவு வளர்ச்சிக்குப் பயன்படும் வகையில் யோக ஆய்வுகளைச் செய்து யோக நூல்களையும் படைத்தனர்.

மெய்யியல் என்னும் தத்துவத்துறையிலும் ஆய்வுகளைச் செய்தனர். தமது தத்துவ ஆய்வுச் சிந்தனைகளை ஞானநூல்களாகப் படைத்தனர். மொத்தத்தில் சித்தர்கள் பலதுறை வல்லுநர்களாக விளங்கினர்.

சித்த மருந்தியலையும் , சித்த வேதியியலாகிய வாதத்தையும் நவீன வேதியியல் பகுப்பாய்வுக்கு உட்படுத்தி ஆராய்வதன் மூலம் அறிவியல் உலகிற்குப் புதிய வெளிச்சத்தைத் தர முடியும். உலக அறிவியல் வரலாற்றில் சித்தர்களை அறிவியலாளர்களாகக் குறிப்பிடச்செய்ய வேண்டியது நமது கடமை.

தமிழ் இலக்கியத்தில் அறிவியல் சிந்தனைகள்:

பழந்தமிழரின் வாழ்வில் அணுவில் தொடங்கி அண்டம்வரையிலும் அறிவியல் பரவிக் கிடக்கின்றது. இலக்கியம் என்பது வெறும் இரசனைக்குரிய ஒன்றாக மட்டும் இல்லாமல் அனுபவமும் அறிவியலும் கலந்த படைப்பாகவே ஆக்கப்பட்டுள்ளன. அன்றைய தமிழர் கண்ட கனவுகளே இன்றைய நிஜங்களாக உருவாகி வருகின்றன. இன்று நம் வாழ்வின் அறிவியல் வளர்ச்சியின் ஆணிவேராக பழந்தமிழர் வாழ்க்கை அமைந்தது என்றால் மிகையில்லை. இதனைப் பல தமிழ் இலக்கியங்கள் நமக்கு பறைசாற்றுகின்றன.

இயற்கை அறிவியல் ஔவை திருக்குறளின் பெருமையை உரைக்கும்போது,

அணுவைப் பிளந்து ஏழ்கடலைப் புகட்டி
குறுகத் தெறித்த குறள்.

என்கிறார். அணு என்பது கண்களுக்குப் புலப்படாத மிகச் சிறிய மூலக்கூறு என்பது அறிவியலின் கண்டுபிடிப்பு. ஆயினும் பன்னூறு ஆண்டுகட்கு முன்பு வாழ்ந்த ஔவை அதனை அறிந்திருந்ததும் அணுவைப் பிளப்பது குறித்து பாடலில் கூறியிருப்பதும் வியப்பிற்குரியது.

இடையின்றி அணுக்களெல்லாம் சுற்றுமென
இயல் நூலார் இசைத்தல் கேட்டோம்

என்று பாரதி அணுக்களின் அசைவுகள் குறித்து அழகு தமிழ் படைக்கின்றார்.

உலகத்தின் தோற்றம்

ஐம்பூதங்களால் உருவானது இவ்வுலகமெனில் அது எவ்விதம் என்ற கேள்வி அறிவியலுக்கு சவாலாக அமைந்தது ஒரு காலத்தில். ஆனால் பரிபாடலில் ஒரு பாடலில்,

கருவளர் வானத்திசை யிற் தோன்றி
உருவறிவாரா ஒன்றன் ஊழியும்
உந்து வளி கிளர்ந்த உளமுழ் ஊழியும்
சென்தீச் சுடரிய ஊழியும் பணியொடு
தன்பெயல் தலை இய ஊழியும் அவையிற்
நுண்முறை வெள்ள முழ்கியார் தருபு
உள்ளிபிகிய இருநிலத் தூழியும் *(பரி.2:5-12)*

என்று கூறப்பட்டுள்ளது. இதில் வானிலிருந்து காற்றும் காற்றிலிருந்து தீயும் தீயிலிருந்து நீரும் நீரிலிருந்து நிலமும் தோன்றிய நிலைகளைக் கூறியுள்ளார். இவை மட்டும் இன்றி

கதிரவனில் பிரிந்து பூமி நீண்ட காலத்திற்கு நெருப்புக் கோளமாக இருந்தது என்றும் அது காலப்போக்கில் சிறிது சிறிதாக குளிர்ந்து பனிப்படலமாக மாறி, பின் நெடுநாட்களுக்குப் பிறகு நிலம் தோன்றியது என்றும் உலகத்தின் தோற்றம் குறித்த பல அறிவியல் உண்மைகளை விளக்குகிறது. அறிவியல் தொழில் நுட்பம் இல்லாத காலத்தில் தமிழரின் அண்டம் குறித்த அறிவு எண்ண எண்ண வியப்பிலாழ்த்துகிறது.

மழை பெய்யும் முறை

மேகம் கடல் நீரை பெற்று மழையாகப் பொழிகிறது என்பது அறிவியல் கண்டுபிடிப்பு. இது ஒரு நாள் ஆய்வின் முடிவல்ல. பல்லாண்டுகளின் பலன். ஆனால் இதனை விளக்கும்முகமாக,

நிறைகடல் முகந்துராய் நிறைந்து
நீர்தலும்பும் தன்
பொறை தவிர்பு அசைவிட (பரி. 6:1 - 2)

என்று பாரிபாடலில் முகில்கள் கடலின்கண் நீரை முகந்து கொண்டு வந்து ஊழி முடிவின்கண் முழுகுவிக்க முயன்றது போல் மழை பெய்தது என்ற கருத்து கூறப்பட்டுள்ளது. இவை ஆய்வின்

வெளிப்பாடுகள் அல்ல அன்றைய தமிழரின் அறிவின் வெளிப்பாடுகள்.

மருத்துவ அறிவியல்

இன்றைய மருத்துவ உலகம் மனிதனைக் காப்பாற்ற மரணத்தின் வாயில் வரை செல்கிறது. குளோனிங் முறையென்று உயிரின் மாதிரிகளாக புதிய உயிர்களை உருவாக்கும் அளவு வளர்ந்துவிட்டது. ஆனால் மருத்துவ படிப்புகளோ, செயல்முறை பயிற்சிகளோ இல்லாத அந்தக் காலகட்டத்திலும் சித்தர்களும், சிறந்த வைத்தியர்களும் வாழ்ந்துள்ளதை அவர்கள் படைத்த இலக்கியங்கள் நமக்குக் கூறுகின்றன.

மாதா உதிரம் மலமிகில் மந்தனாம்
மாதா உதிரம் சலமிகில் மூங்கையாம்
மாதா உதிரம் இரண்டொக்கில் கண்ணில்லை
மாதா உதிரத்தில் வைத்த குழவிக்கே
(திருமந்திரம்)

என்று திருமூலர் இயற்றிய திருமந்திரப் பாடலைக் கேட்கும்போது தாயின் உதிரத்தில் மலம் மிகுந்தால் பிறக்கும் குழந்தை மந்தபுத்தி உடையதாகவும் நீர் மிகுந்தால் குழந்தை ஊமையாகவும் மலம்,

நீர் இரண்டும் மிகுதியாக இருந்தால் குழந்தை குருடாகப் பிறக்கும் என்ற கருத்துக்கள் இப்பாடலில் பயின்று வருகின்றன. இக்கருத்துக்கள் மருத்துவர்களின் ஆலோசனைகளிலும் அமைந்திருப்பதை அறிய முடிகிறது.

மாற்றுருப்பு பொருத்துதல்

பழுதுபட்ட ஒரு உறுப்பை எடுத்துவிட்டு வேறொரு உறுப்பைப் பொருத்துதல் என்பது இன்றைய மருத்துவ உலகின் சாதனை, இதனைப் பற்றிய குறிப்பொன்று சிலப்பில் காணப்படுகின்றது.

நாடுவிளங் கொண்புகழ் நடுகதல் வேண்டித்தன்
ஆடு மழைத் தடக்கை யறுத்து முறைசெய்த
பொற்கை நறுந்தார்ப் புனைதேர்ப் பாண்டியன் (சிலப்பு)

கீரந்தையின் இலக்கக் கதவைத் தான் தட்டியதற்குத் தண்டனையாக, தன் கையைத் தானே துண்டித்துக் கொள்கிறான் பாண்டியன். அதன்பின் பொன்னாலாகிய கையைச் செய்து வைத்துக் கொண்டான். அன்றிலிருந்து பொற்கைப் பாண்டியன் என

அழைக்கப்பட்டான். என்கிறது அச்செய்தி, உறுப்பினை இழந்த ஒருவன் செயற்கை உறுப்பினைப் பொருத்திக்கொண்டு பயன்படுத்தியதை இப்பாடலில் உணரலாம்.

பெரியபுராணத்திலும் இதைப் போன்றே ஒரு நிகழ்வினைக் காண முடிகிறது. சிவன் மீது மிகுந்த பற்று கொண்ட கண்ணப்பர் ஒரு நாள் இறைவன் கண்ணிலிருந்து குருதி வழிவதைக் கண்டார். பதறினார் உடனே மூலிகைகளை பறித்துக் கொண்டு வந்து பிழிந்து அதைக் அக்கண்ணில் விடுகிறார். குருதி நிற்கவில்லை. எனவே சற்றும் தாமதிக்காது தனது கண்ணைத் தோண்டி அவ்விடத்தில் அப்புகின்றார். அங்கு குருதி வழிவது நிற்கிறது. இதனை,

இதற்கினி என்கண் அம்பால் இடந்தப்பின் எந்தையார்கண்
அதற்கிது மருந்தாய்ப் புண்ணீர் நிற்கவும் அடுக்கும் என்று
மதர்த்தெழும் உள்ளத்தோடு மகிழ்ந்துமுன் இருந்து தங்கண்
முதற்சர மடுத்து வாங்கி முதல்வர்தங் கண்ணில் அப்ப (பெ.பு.2)

என்ற அடிகளில் கூறுகின்றார். இன்று கண்பார்வையற்றவர்க்கு பிறருடைய கண்ணினை வைத்து அறுவை சிகிச்சை செய்து பார்வை பெற வைக்கும் மருத்துவ

அறிவினை மிக எளிமையாக கண்ணப்பர் கதை மூலம் வெளிப்படுத்தியுள்ளார் சேக்கிழார். மேலும்,
அறிவியல் உலகின் அறிய சாதனையான அறுவைச் சிகிச்சையினை பதிற்றுப்பத்தில்,

மீன்றேர்கொட்பிற் பனிக்கய மூழ்கிச்
சிரல் பெயர்ந் தன்ன நெடுவெள் ளூசி
நெடுவசி பரந்த உடுவாழ் மார்பின்
அம்புசே ருடம்பினர்ச் சேர்ந்தோ ரல்லது
தும்பை சூடாது மலைந்த மாட்சி
(பதிற்றுப்பத்து 42: 2 - 6)

என்று ஐந்தாம் பத்தின் இரண்டாம் பாடலடியில் போரில் வெட்டுண்ட உடலை வெள்ளூசி கொண்டு தைத்த மருத்துவன் செயலை விளக்குகின்றன. மேலும், இத்தகைய நிகழ்வு ஒன்று புறப்பாடலிலும் காணப்படுகிறது.

செருவா யுழக்கிக் குருதி யோட்டிக்
கதுவாய் போகிய துதிவா யெஃகமொடு
பஞ்சியுங் களையாப் புண்ணர் (புறம். 353)

காவிரிப்பூம்பட்டினத்துக் காரிக் கண்ணனாரின் பாடல் வரிகளில் வெட்டுண்டு கிழிந்த உடல் தசையினைத் தைத்து மருந்தூட்டி அப்புண்ணின் மேல் பஞ்சினை வைத்து சிகிச்சை

அளித்தமையை உணர்த்துகின்றன. இவை அனைத்தையும் பார்க்கும் போது இன்றைய மருத்துவ முறையின் நவீனமான சிகிச்சைகள் அனைத்தும் பல நூற்றாண்டுகளுக்கு முன்பே தமிழரால் கையாளப்பட்டு வந்துள்ளன என்பது பெருமை கொள்ளச் செய்கின்றன.

இயற்பியல் அறிவு

தமிழரின் மருத்துவம் குறித்த அறிவு மட்டுமன்றி அவர்களின் இயற்பியல் அறிவும் நம்மை வியக்க வைக்கிறது. அமுதாம்பிகை பிள்ளைத் தமிழில் ஊசற் பருவத்தில், அமுதாம்பிகை ஊசலாடும் நிகழ்வினைக் குறிக்கும்போது சிவஞான முனிவர்,

மகரக் குழைகளும் ஊசலாட
பங்கய மடமாதர் நோக்கி இருவேம்
ஆட்ட - அவ்வூசலில் பாய்ந்திலது
இவ்வூசல் என - நனி ஆட்டுதோறும்
நின்னகை நிலவெழிலுக்கு அவர் முகத்
திங்கள் சாய (அமுதாம்பிகை பிள்ளைத்தமிழ் - ஊசல் பருவம்)

என்ற அடிகளில் அமுதாம்பிகை ஆடும் ஊசலின் கயிறு நீளமாக இருந்ததால் மெதுவாக ஆடுகிறது என்றும் ஆனால்

அவள் காதில் அணிந்திருக்கும் குண்டலம் குறைவான நீளத்தில் தொங்குவதால் விரைவாக ஆடுகிறது என்றும் கூறியுள்ளார். இதனையே கலிலியோ ஊசலின் நீளம் குறித்த தம் ஆய்வில் ''ஊசலின் நீளம் குறைவாக இருந்தால் விரைவாக ஆடும். ஊசலின் நீளம் அதிகமாக இருந்தால் மெதுவாக ஆடும்'' என்றும் கூறியுள்ளார். இவ்வாறு ஆய்வுகளின் மூலமாக அறியப்பட்ட பல அறிவியல் உண்மைகள் வெறும் அனுபவத்தின் மூலமாகவும், பண்டைய தமிழர்களின் அறிவுத் தேடலின் விளைவுகளாகவும் பெறப்பட்டதை உணரலாம்.

அன்றைய மனிதன் கண்ட கனவை இன்றைய அறிவியல் முன்னேற்றம் நிஜமாக்கியது. தேடல் இருக்கும் இடத்தில்தான் வெற்றி கிடைக்கிறது. பறவையைக் கண்ட மனிதன் தானும் பறக்க நினைத்தான். இறக்கைகள் இல்லாதபோதும் தன் முயற்சியைக் கைவிடவில்லை. விளைவு விமானத்தின் துணையோடு விண்ணில் பறந்தான். இவ்விமானங்கள் பற்றிய பல குறிப்புகள் சங்கப் பாடல்களிலேயே பயின்று வந்துள்ளமையைக் காண முடிகிறது.

வலவன் ஏவ வானவூர்தி (புறம் 27)

எனும் பாடல் அடியில் வானவூர்தி என்ற அற்புதமான சொல் பயன்படுத்தப்பட்டிருப்பதை காணலாம். இதைப்போலவே சிலப்பதிகாரத்தில் கண்ணகி கோவலனோடு ஆகாயத்திலிருந்து வந்திறங்கிய விமான ஊர்தியில் ஏறிச் சென்றதாக ஒரு காட்சி இதனை இளங்கோ,

வாடா மாமலர் மாரி பெய்தாங்கு
அமரர்க் கரசன் தமர்வந் தேத்தக்
கோநகர் பிழைத்த கோவலன் தன்னோடு
வானவூர்தி ஏறினள் மாதோ
கானமலர் புரிகுழல் கண்ணகி தானென்
(3:196 - 200)

என்ற வரிகளில் வாடாத பெரிய மலர்களை மழையாகப் சொரிந்து அமரர்களின் அரசனான இந்திரனும் வானோரும் வந்து வாழ்த்த தன் கணவன் கோவலனோடு கண்ணகி தேவ விமானத்தில் ஏறிச் சென்றாள் என்று கூறப்பட்டுள்ளது.

சீவக சிந்தாமணியில் ஒரு காட்சி, கட்டியங்காரன் போருக்கு வந்ததால் சச்சந்தன் தன் மனைவியை காப்பாற்ற அவளை மயிற்பொறியில் ஏற்றி அனுப்பினான் என்பது செய்தி. கட்டியங்காரனின் வெற்றி முழக்கத்தை

வான் வழியே கேட்டு விசயை மயங்கி வீழ்ந்தாள். மயிற்பொறி இடப்புறமாகத் திரும்பி ஒரு சுடுகாட்டில் இறங்கி கால் ஊன்றி நின்றது என்பதாக அமைந்துள்ளது. இதனை,

எஃகு என விளங்கி வான்கண் எறுகடல் அமிர்தம் அன்னாள்
அஃகிய மதுகை தன்னால் ஆய்மயில் ஊடும் ஆங்கண்
வெஃகிய புகழிவால தன் வென்று வெம்முரசம் ஆர்ப்ப
எஃகு எறி பினையின் மாழ்கி மெம்மறந்து சோர்ந்தாள் (நா.இ., பா. 299)

என்றும்,

பல் பொறி நெற்றிக்
குஞ்சிமா மஞ்சை வீழ்ந்து கால்குவித்து இருந்து (நா.இ., பா,30)

போன்ற வரிகளிலும் வானவூர்தி பற்றிய செய்திகளைக் காண முடிகிறது. மேலும் இதன் தொழில் நுட்பம் குறித்து கூறும்போதும், அதன் பொறியினை வலஞ்சுழி, இடஞ்சுழியாக திருகுவதன் மூலம் அவ்வூர்தி வான் மேகங்களிடையே பறக்கவோ, தரையில் இறங்கவோ செய்ய முடியும் என்ற கற்பனை

வியப்பிலாழ்த்துவதாக உள்ளது. இதனை,

பண்தவழ் விரலில் பாவை
பொறிவலந் திரிப்பப் பொங்கி
விண்தவழ் மேகம் போழ்ந்து
விசும்பிடைப் பிறக்கும்: வெய்ய
புண்தவழ் வேல்கண் பாவை
பொறி இடந் திரிப்பத் தோகை
கண்டவர் மருள் வீழ்ந்து
கால் குவித் திருக்கும் அன்றே (நா.பா.239)

இவை மட்டும் அல்லாமல் பல இலக்கியங்களில் இத்தகைய வானவூர்திகளைப் பற்றிப் பல பாடல்கள் காணப்படுகின்றன. பெருங்கதையிலும் இருப்பாலான விமானம் பறக்க பயன்படுத்தப்பட்டமை குறித்த குறிப்பு காணப்படுகின்றது. மனிதனின் பறக்க வேண்டும் என்ற ஆசை கற்பனையாக, இலக்கியமாக, தேடலாக தொடர்ந்து இன்று நிறைவேறியது.

இத்தகைய இலக்கியங்களை நோக்கும்போது தொகையும் பாட்டுமாக, சித்தர்களின் அரிய பொக்கிஷமாக, நாட்டுப்புற இலக்கியமாக இன்னும் எண்ணற்ற அறிவியல் உண்மைகள் இவற்றுள் பொதிந்து கிடக்கின்றன என்பதை உணர முடிகிறது. இவற்றுள் மேற்கொள்ளப்படும் ஆய்வுகளின் மூலம்

மனித இனத்திற்குத் தேவையான பல மகத்தான அறிவியல் அறிவும் பல மருத்துவத் தீர்வுகளும் கிடைக்கும் என்பது தெள்ளத் தெளிவாகிறது.

பிறமொழி சொற்களுக்கு நிகரான தமிழ் சொற்கள் .!

1. பஞ்சாங்கம் — ஐந்திறம்
2. அங்கத்தினர் — உறுப்பினர்
3. சந்தா — உறுப்பினர் கட்டணம்
4. இலாக்கா — துறை
5. பண்டிகை — திருவிழா
6. கேணி — கிணறு
7. அச்சன் — தந்தை
8. ஆய் — தாய்
9. மகசூல் — விளைச்சல்
10. வாடிக்கை — வழக்கம்
11. அல்வா — இனிப்புக்களி
12. பாழி — சிறு குளம்
13. நபர் — ஆள்
14. ஏராளம் — மிகுதி
15. வாய்தா — நிலவரி
16. குசினி — சமையலறை
17. பந்தோபஸ்து — பாதுகாப்பு
18. சலம் — நீர்
19. வருடம் — ஆண்டு
20. பட்சி — பறவை
21. சங்கதி — செய்தி
22. விவாகம் — திருமணம்
23. பட்டாளம் — படைப்பிரிவு
24. சன்னல் — காலதர்
25. உத்தரவு — கட்டளை
26. உபயோகம் — பயன்
27. அதிபர் நாயகர் — தலைவர்
28. உற்சாகம் — ஊக்கம்
29. அந்நியர் — அயலார்

30. கவனம் — கருத்து
31. ஜாதகம் — பிறப்பியம்
32. மன்னித்துக்கொள் — பொறுத்துக்கொள்
33. அபிகம் — குடமுழுக்கு நீராட்டு
34. கிராமம் — சிற்றூர்
35. அபூர்வம் — புதுமை
36. குமாரன் — புதல்வன்
37. அர்த்தம் — பொருள்
38. கோபம் — சினம்
39. அலங்காரம் — ஒப்பனை
40. விஞ்ஞானம் — அறிவியல்
41. அவசரம் — விரைவு
42. விரதம் — நோன்பு
43. அனுமதி — இசைவு
44. சந்தா — கட்டணம்
45. ஆரம்பம் — தொடக்கம்
46. ஜாதி — இனம்
47. சங்கம் — மன்றம்
48. இருதயம் — நெஞ்சு
49. சந்தேகம் — ஐயம்
50. பயம் — அச்சம்
51. பரீட்சை — தேர்வு
52. பிரச்சினை — சிக்கல்
53. சரித்திரம் — மருந்துவம்
54. போதனை — கற்பித்தல்
55. சித்திரம் — ஓவியம்
56. மந்திரி — அமைச்சர்
57. சின்னம் — அடையாளம்
58. மராமத்து இலாகா — பொதுப்பணித் துறை
59. வினாடி — நொடி
60. ஜாக்கிரதை — விழிப்பு

61. தினம் — நாள்
62. பத்திரிக்கை — செய்தித்தாள்
63. வைத்தியர் — மருத்துவர்
64. பைசல் செய் — தீர்த்து வை
65. ஜனங்கள் — மக்கள்
66. ஜில்லா — மாவட்டம்
67. கஜானா — கருவூலம்
68. சர்க்கார் சமஸ்தானம் — அரசு
69. பந்துமித்ரர் — சுற்றமும் நட்பும்
70. நமஸ்காரம் — வணக்கம்
71. கோடி — கூட்டம்
72. ஆஸ்தி — சொத்து
73. வியம் — செய்தி
74. தீபம் — விளக்கு
75. வேதம் — மறை
76. நடம் — இழப்பு
77. சிபாரிசு — பரிந்துரை
78. நிபுணர் — வல்லுநர்
79. ஜாமீன் — பிணை
80. அபாயம் — பேரிடர்
81. அனுபவம் — பட்டறிவு
82. ஆயுள் — வாழ்நாள்
83. உபாத்தியார் — ஆசிரியர்
84. கர்வம் — செருக்கு
85. கைதி — சிறையாளி
86. சபை — அவை
87. விவாதம் — உரையாடல்
88. மாமூல் — வழக்கம்
89. ரத்து — நீக்கம்
90. நாடா — காலை உணவு சிற்றுண்டி
91. அமல் — நடைமுறை
92. உபந்நியாசம் — சமயச் சொற்பொழிவு
93. சம்பிரதாயம் — மரபு

94. இலட்சணம் — அழகு
95. தாலுகா ஆபிசு — வட்டாட்சியர் அலுவலகம்
96. ஆர்.டி.ஓ ஆபிசு — கோட்டாட்சியர் அலுவலகம்
97. கலெக்டர் ஆபிசு — மாவட்ட ஆட்சியர் அலுவலகம்
98. பஜனை — கூட்டு வழிபாடு
99. மத்தியானம் — நண்பகல்
100. உத்தியோகம் — அலுவல்
101. உபயம் — திருப்பணியாளர் கொடை
102. எதார்த்தம் — இயல்பு
103. ஜதீகம் — உலக வழக்கு
104. கிரீடம் — மணி முடி
105. முக்கியஸ்தர் — முதன்மையானவர்
106. பிரதானம் முக்கியம் — முதன்மை
107. உத்தியோகஸ்தர் அதிகாரி — அலுவலர்
108. இலஞ்சம் — கையூட்டு
109. ஆபத்து — இடர்
110. இலாபம் — வருவாய்
111. அலங்காரம் — ஒப்பனை

பாரசீகம் தமிழ்

112. ஜமக்காளம் — விரிப்பு
113. ஜமீன் — நிலபுலம்
114. மாலுமி — நாவாயோட்டி
115. பஜார் — கடைத்தெரு
116. மைதானம் — திறந்தவெளித் திடல்

மராத்தி தமிழ்

117. காகிதம் — தாள்
118. கில்லாடி — கொடியோன்
119. அபாண்டம் — வீண்பழிக்கூற்று
120. அட்டவணை — பொருட்குறிப்பு பட்டியல்
121. பேட்டை — புறநகர்

அரபி தமிழ்

122. தகவல் — செய்தி
123. வக்கீல் — வழக்குரைஞர்
124. பாக்கி — நிலுவை
125. மக்கர் — இடைஞ்சல்
126. மாமூல் — படையபடி
127. மிட்டாய் — தீங்கட்டி

போர்த்துக்கீசியம் தமிழ்

128. அலமாரி — நெடும்பேழை
129. கிராம்பு — இலவங்கம்
130. சாவி — திறவுகோல்
131. ஜன்னல் — பலகணி
132. மேஸ்திரி — தலைமைத் தொழிலன்

உருது தமிழ்

133. பஞ்சாயத்து — ஐம்பேராயம்
134. பதில் — விடை
135. பலே — நன்று
136. பேட்டி — நேர்காணல்
137. பைசா — காசு
138. அசல் — முதல்
139. கச்சேரி — அரங்கம்
140. குமாஸ்தா — எழுத்தர்
141. கைது — தளை
142. கு — மகிழ்ச்சி

சமஸ்கிருதம் தமிழ்

143. அகங்காரம் — செறுக்கு
144. அதிர்டம் — நற்பேறு
145. அபிப்ராயம் — கருத்து
146. அபூர்வம் — புதுமை
147. ஆராதனை — வழிபாடு
148. ஆனந்தம் — மகிழ்ச்சி
149. சபதம் — சூளுரை
150. தினசரி — நாள் தோறும்
151. தைரியம் — துணிவு
152. பூஜை — வழிபாடு

அ

அகங்காரம் — செருக்கு

அக்கணம் — அப்பொழுது

அக்கிரமம் — முறைகேடு

அசலம் — உறுப்பு, மலை

அசூயை — பொறாமை

அதிபர் — தலைவர்

அதிருப்தி — மனக்குறை

அதிருஷ்டம்- ஆகூழ், தற்போது

அத்தியாவசியம் —இன்றியமையாதது

அநாவசியம் -வேண்டாதது

அநேகம் — பல

அந்தரங்கம்- மறைபொருள்

அபகரி -பறி, கைப்பற்று

அபாயம் -இடர்

அபிப்ராயம் -கருத்து

அபிஷேகம் -திருமுழுக்கு

அபூர்வம் -புதுமை

அமிசம் -கூறுபாடு

அயோக்கியன் -நேர்மையற்றவன்

அர்த்தநாரி -உமைபாகன்

அர்த்த புஷ்டியுள்ள -பொருள் செறிந்த

அர்த்தம் -பொருள்

அர்த்த ஜாமம் — நள்ளிரவு

அர்ப்பணம் -படையல்

அலங்காரம் -ஒப்பனை

அலட்சியம் — புறக்கணிப்பு

அவசரமாக — உடனடியாக, விரைவாக

அவஸ்தை — நிலை, தொல்லை

அற்பமான — கீழான, சிறிய

அனாதை — திக்கற்றவர்

அற்புதம் — புதுமை

அனுபவம் — பட்டறிவு

அனுமதி — இசைவு

அங்கம் — உடல்உறுப்பு

அங்கீகாரம் — ஒப்புதல்

அங்கத்தினர் — உறுப்பினர்

ஆ

ஆச்சரியம் — வியப்பு

ஆச்சரியக்குறி — வியப்புக்குறி

ஆக்ஞை — ஆணை, கட்டளை

ஆட்சேபணை — தடை, மறுப்பு

ஆதி — முதல்

ஆபத்து — இடர்

ஆமோதித்தல் — வழிமொழிதல்

ஆயுதம் — கருவி

ஆரம்பம் -தொடக்கம்

ஆராதனை -வழிபாடு

ஆரோக்கியம் — உடல்நலம்

ஆலோசனை — அறிவுரை

ஆனந்தம் — மகிழ்ச்சி

இ

இஷ்டம் — விருப்பம்

இங்கிதம் — இனிமை

இரகசியம் — மறைபொருள், கமுக்கம்

இரதம் — தேர்

இரத்தம் — குருதி,உதிரம்

இராகம் — பண்

இராத்திரி — இரவு,அல்

இராச்சியம்,தேசம் — நாடு

இராணுவம் — படை

ஈ

ஈன ஜன்மம் — இழிந்த பிறப்பு

ஈனஸ்வரம் — மெலிந்த ஓசை

உ

உக்கிரமான — கடுமையான

உச்சரிப்பு — மொழியோசை

உபசாரம் — முகமன் கூறல்

உபயோகம் — பயன்

உதாசீனம் — பொருட்படுத்தாமை

உத்தரவாதம் — பிணை, பொறுப்பு

உத்தரவு — கட்டளை

உல்லாசம் — களிப்பு

உற்சாகம் — ஊக்கம்

ஐ

ஐதீகம் — சடங்கு, நம்பிக்கை

ஔ

ஔடதம் — மருந்து

பிறமொழி சொற்களுக்கு இணையான தமிழ் சொற்கள் என்ற இந்த பதிவில் நாம் பார்ப்பது வடமொழிச் சொற்களுக்கு இணையான தமிழ்ச் சொற்களே.

மேலும் ஒரு பதிவில் தமிழில் கலந்துள்ள அரபுச் சொற்கள், ஆங்கிலச் சொற்கள், இந்திச் சொற்கள், உருதுச் சொற்கள், சிங்களச் சொற்கள், பாரசீக சொற்கள், துருக்கிச் சொற்கள், பிரெஞ்சுச் சொற்கள், போர்த்துக்கீசச் சொற்கள் போன்றவற்றை விரிவாக பார்போம்.

க

கர்ப்பக்கிருகம் — கருவறை

கர்ப்பப்பை — கருப்பை

கர்மம் — செயல்

கலாச்சாரம் — பண்பாடு

கலாரசனை — கலைச்சுவை

கல்யாணம் — மணவினை, திருமணம்

கஷ்டம் — தொல்லை, துன்பம்

கடிதம் — மடல்

கரம் — கை

கதிரை — நாற்காலி, அணை, இருக்கை

கஷ்டம் — தொல்லை

கட்டில் — மஞ்சம்

கடிகாரம் — கன்னல்,மணிக்கூடு

கறார் விலை — ஒரே விலை

கஜானா — கருவூலம்

கீதம் — பாட்டு, இசை

கீர்த்தி — புகழ்

கீர்த்தனை- பாமாலை, பாடல்

கோஷம் — ஒலி

ஞ

ஞாபகம் படுத்துதல் — நினைவூட்டல்

ச

சகலம் — எல்லாம், அனைத்தும்

சகஜம் — வழக்கம், இயல்பு

சகி — தோழி

சகோதரி — உடன் பிறந்தவள்

சங்கடம் — இக்கட்டு, தொல்லை

சங்கதி — செய்தி

சங்கோஜம் — கூச்சம்

சதம் — நூறு

சதவீதம், சதமானம் — விழுக்காடு

சதா — எப்பொழுதும்

சதி- சூழ்ச்சி

சத்தம் — ஓசை, ஒலி

சந்தானம் — மகப்பேறு

சந்தேகம் — ஐயம்

சந்தோஷம் — மகிழ்ச்சி

சபதம் — சூளுரை

சம்சாரம் — குடும்பம், மனைவி

சம்பந்தம் — தொடர்பு

சம்பவம் — நிகழ்ச்சி

சம்பாதி — பணம் ஈட்டு, பொருளீட்டு

சம்பிரதாயம் — மரபு

சம்மதி — ஒப்புக்கொள்

சமாச்சாரம் — செய்தி, சங்கதி

சரணாகதி — அடைக்கலம்

சரித்திரம் — வரலாறு

சரீரம் — உடல்

சருமம் -தோல்

சர்வம் — எல்லாம்

சாதாரணம் — எளிமை, பொதுமை

சாதித்தல் — நிறைவேற்றுதல், விடாது பற்றுதல்

சாதம் — சோறு

சாந்தம் — அமைதி

சாகசம் — துணிவு, பாசாங்கு

சாராமிசம் — பொருட்சுருக்கம்

சாயந்திரம் — மாலை வேளை, அந்திப் பொழுது

சாவகாசம் — விரைவின்மை

சாஸ்திரம் — நூல்

சாசுவதம் — நிலை

சிகிச்சை — மருத்துவம்

சித்தாந்தம் — கொள்கை, முடிவு

சித்திரம் — ஓவியம்

சிநேகிதம் — நட்பு

சிம்மாசனம் — அரியணை

சிரத்தை — அக்கறை, கருத்துடைமை

சிரமம் — தொல்லை

சின்னம் — அடையாளம்

சீக்கிரமாக — விரைவாக

சுதந்திரம் — தன்னுரிமை, விடுதலை

சுத்தமான — தூய்மையான

சுபாவம் — இயல்பு

சுலபம் — எளிது

சுவாரஸ்யமான — சுவையான

சுயம்வரம் — மணத்தன்னேற்பு

சேவை — பணி

சேனாதிபதி — படைத்தலைவன்

சௌகர்யம் — வசதி, நுகர்நலம்

சௌக்கியம் — நலம்

சோகம் — ஈடு செய்யக்கூடிய துயரம்.

(ஈடு செய்ய ஏலாத இழப்பால் ஏற்படும் துயரத்திற்கு — துக்கம்)

இனிய பெண் குழந்தை பெயர்கள் தமிழில்

த

தசம் — பத்து

தத்துவம் — உண்மை

தம்பதியர் — கணவன் மனைவி, இணையர்

தற்காலிகம் — நிலையற்ற, நிரந்தரமில்லாத

தரிசனம் — காட்சி

தர்க்கம் — வழக்கு

தலைப்பிரசவம் — முதல் மகப்பேறு

தர்க்க வாதம் — வழக்காடல்

தாபம் — வேட்கை

திகில் — அதிர்ச்சி

திருப்தி — நிறைவு

தினசரி — நாள்தோறும்

தினம் — நாள்

திவசம் — நாள் (மூதாதையருக்கு உணவு படைக்கும் சடங்கு)

திவ்வியம் — தெய்வத் தன்மையுள்ள

தீர்க்கதரிசி _ ஆவதறிவார்

துரதிருஷ்டம் — பேறின்மை

துர்க்கை — பாலைநிலத்தின் தேவதை

துரிதம் — விரைவு

துரோகம் — வஞ்சனை

துவம்சம் — அழித்தொழித்தல், அழித்துத் தொலைத்தல்

தேகம் — உடல்

தேசம் — நாடு

தோஷம் — குறை, குற்றம்

தைரியம் — துணிவு

ந

நட்சத்திரம் — விண்மீன், நாள்மீன்

நமஸ்காரம் — வணக்கம்

நர்த்தனம் — ஆடல், நடனம்,கூத்து

நவீனம் — புதுமை

நவீன பாணி — புது முறை

நஷ்டம் — இழப்பு, சேதம்

நாசம் — அழிவு, வீண்

நாசூக்கு — நயம்

நாயகன் — தலைவன்

நாயகி — தலைவி

நிஜம் — உண்மை, உள்ளது

நிசபதமான — ஒலியற்ற, அமைதியான

நிச்சயம் — உறுதி

நிச்சயதார்த்தம் — மண உறுதி

நிதானம் — பதறாமை

நித்திய பூஜை — நாள் வழிபாடு

நிரூபி — மெய்ப்பி, நிறுவு

நிருவாகம் — மேலாண்மை

நிதி — பொருள்,செல்வம், பணம்

நீதி — அறம், நெறி, அறநெறி, நடுவுநிலை, நேர், நேர்நிறை, நேர்பாடு, முறை

ப

பத்தினி — கற்புடையாட்டி

பகிரங்கம் — வெளிப்படை

பஞ்சாட்சரன்- ஐந்தெழுத்து

பரவசம் — மெய்மறத்தல்

பராக்கிரமம் — வீரம்

பராமரி — காப்பாற்று , பேணு

பரிகாசம் — இகழ்ச்சிச் சிரிப்பு

பரிசோதனை — ஆய்வு

பரீட்சை — தேர்வு

பலவந்தமாக — வற்புறுத்தி

பலவீனம் — மெலிவு, வலிமையின்மை

பலாத்காரம் — வன்முறை

பாணம் — அம்பு

பாதம் — அடி

பாரம் — சுமை

பால்யம் — இளமை

பிம்பம் — நிழலுரு

பிரகாசம் — ஒளி, பேரொளி

பிரகாரம் — சுற்று

(அதன்)பிரகாரம் — (அதன்)படி

பிரசங்கம் — சொற்பொழிவு

பிரசுரம் — வெளியீடு

பிரச்சினை — சிக்கல்

பிரதிநிதி — சார்பாளர்

பிரதிபலித்தல் — எதிரியக்கம்

பிரதிபிம்பன் — எதிருரு

பிரத்தியோகம் — தனி

பிரபலம் — புகழ்

பிரமாதமான — பெரிய

பிரமிப்பு — திகைப்பு

பிரசவம் — மகப்பேறு

பிரயோகி — கையாளு

பிரயோசனம் — பயன்

பிரவாகம் — பெருக்கு

பிரவேசம் — நுழைவு, புகுதல், வருதல்

பிரார்த்தனை — தொழுகை,

பிரியம் — விருப்பம்

பிரேமை — அன்பு

பீடிகை — முன்னுரை

புண்ணியம் — நல்வினை

புத்தி — அறிவு

புத்திரன் — புதல்வன்

புருஷன் — ஆண், கனவன்

புனிதமான — தூய

புஷ்பம் — மலர், பூ

புஜபலம் — தோள்வன்மை

பூஜை — வழிபாடு

பூர்த்தி — நிறைவு

பூஷணம் — அணிகலம்

போதனை — கற்பித்தல்

ம

மகான் — பெரியவர்

மகாயுத்தம் -பெரும்போர்

மத்தியஸ்தர் — உடன்படுத்துபவர்

மத்தியானம் — நண்பகல்

மந்திரி — அமைச்சர்

மனசு — உள்ளம்

மனிதாபிமானம் — மக்கட்பற்று

மானசீகம் — கற்பனை

மல்யுத்தம் — மற்போர்

மந்திரி — அமைச்சன்

மந்திரம் — மறைமொழி

மரணம் — சாவு, இறப்பு

மாமிசம் — இறைச்சி

மார்க்கம் — நெறி, வழி

மிருகம் — விலங்கு

முகூர்த்தம் — நல்வேளை

முக்கியம் — முகன்மை

முகாம் — பாசறை

மோசம் — கேடு

ய

யந்திரம் — பொறி

யாகம் — வேள்வி

யுத்தம் — போர்

யூகம் — உய்த்துணர்தல்

யூகி — உய்த்துணர்

யோக்யதை — தகுதி

ர

ரதம் — தேர்

ரத சாரதி- தேரோட்டி

ராணி — அரசி

ராத்திரி — இரவு

ராச்சியம் — நாடு,மாநிலம்

ராஜா — மன்னன்

ரசம் — சாறு, சுவை

ல

லட்சம் — நூறாயிரம்

லட்சணம் — அழகு

லட்சியம் — குறிக்கோள்

அழகிய 1000 ஆண் குழந்தை பெயர்கள் தமிழில்

வ

வதம் — அழித்தல்

வதனம் — முகம்

வம்சம் — கால்வழி

வஸ்திரம் — துணி, ஆடை

வாஞ்சை — பற்று

வாயு — காற்று

வாகனம் — ஊர்தி

வாதம் — சொற்போர்

வாத்தியம் — இசைக்கருவி

வார்த்தை — சொல்

வாரம் — கிழமை

வாந்தி பேதி — கக்கல் கழிச்சல்

வாயு — காற்று

வாலிபர் — இளைஞர்

விக்கிரகம் — வழிபாட்டுருவம், திருவுருவம்

விசாரம் — கவலை

விசாலமான — அகன்ற

விசித்திரம் — வேடிக்கை

விஷேசம் — சிறப்பு

விஞ்ஞானம் — அறிவியல்

விஷயம் — செய்தி

விதானம் — மேற்கட்டி

விநாடி — நொடி

வித்தியாசம் — வேறுபாடு

விபூதி — திருநீறு , பெருமை

விமோசனம் — விடுபடுதல்

விரதம் — நோன்பு

விவாகம் — திருமணம்

விவாதி -வழக்காடு

விசயம், விஷயம் — பொருள், செய்தி

விசேஷம் — சிறப்பு

விபத்து — துன்ப நிகழ்ச்சி

விரதம் — நோன்பு

விஷம் — நஞ்சு

விஜயம் — பயணம்

வீரம் — மறம்

வேகம் — விரைவு

வேதம் — மறை

வேதவிற்பனன்ர் — மறைவல்லார்

வேதியர் — மறையவர்

வீதி — தெரு, சாலை

வைத்தியசாலை — மருத்துவமனை

ஜ

ஜனநாயகம் — குடியாட்சி

ஜனம் — மக்கள்

ஜனனம் — பிறப்பு

ஜமீன் — நிலம்

ஜமீன்தார் — நிலக்கிழார்

ஜல்லிக்கட்டு — மஞ்சுவிரட்டு, ஏறு தழுவுதல்

ஜன்னல் — சாளரம்

ஜனங்கள் — மக்கள்

ஜயம் — வெற்றி

ஜாதகம்- பிறப்புக் குறிப்பு

ஜாலம் — வேடிக்கை

ஜாக்கிரதையாக — விழிப்பாக

ஜாஸ்தி — மிகுதி

ஜீவன் — உயிர்

ஜுரம் — காய்ச்சல்

ஜென்மம் — பிறவி

ஜோதி — ஒளி

ஜோடி — இணை

ஜோடித்தல் — அழகு செய்தல்

ஸ

ஸந்ததி — கால்வழி

ஸமத்துவம் — ஒரு நிகர்

ஸமரசம் — வேறுபாடின்மை

ஸமீபம் — அண்மை

ஸம்ஹாரம் — அழிவு

ஸோபை — பொலிவு

ஸௌந்தர்யம் — பேரழகு

ஸ்தாபனம் _ நிறுவனம்

ஸ்தானம் — இடம்

தமிழ் மாதங்கள் !

நம்மில் பலர்,தமிழ் மாதங்கள் என்றால் சித்திரை என்று தொடங்கிவிடுகிறோம்.ஆனால் அவை அல்ல கீழே கொடுக்கப்பட்டுள்ளவைதான் தூய தமிழ் மாதங்கள்.

சுறவம்,-தை

கும்பம்,-மாசி

மீனம்,- "

மேழம்,-"

விடை,-"

ஆடவை,-"

கடகம்,-"

மடங்கல்,-"

கன்னி,-"

துலை,-"

நளி,-கார்த்திகை

சிலை,-மார்கழி

மேலும் தமிழர் பற்றிய அறிய வாழ்வியல் மற்றும் இதர நூல்கள் வெளியிடப்படும்.நன்றி

www.ingramcontent.com/pod-product-compliance
Ingram Content Group UK Ltd.
Pitfield, Milton Keynes, MK11 3LW, UK
UKHW021936190726
13853UKWH00004B/1490

9 798885 464093